అంకితము.

ఎవతె నా గ్రంథమును చూచినంతనే యపరిమితానంద పరవశురాలయ్యెడిదో, ఎవతె నా గ్రంథమును చూచిన నెల్లలోకమును చూచినట్లే నే నానంద మందెడివాడనో, ఎవతె నా యుత్సాహమును సంతతాభివృద్ధి గావించుచుండెడిదో, ఎవతెకు నే నీ గ్రంథమును జ్ఞాప- ప్రయాణమయ్యును, చూపజాలకపోయితినో అట్టి నా యనుంగు సోదరియగు

"గురజాడ వెంకటరమణమ్మ" కు

అనురాగపూర్వకముగా నంకితముగావించుచున్నాను.

దే॥ రా॥

పా   త్ర

నోరా—అతని భార్య.

డాక్టరు రాంక్.

లిండీ దేవి.

నిల్సుక్రోగ్ స్టాడ్.

హెల్మరుగారి ముగ్గురు పిల్లలు.

ఏనీ—వారిదాది.

ఒక దాసి.

ఒక కూలివాడు.

దేశిరాజు రామదాసు.

నుండి యనువదించినప్పుడు ఇంగ్లీషుభాషాసాహాయ్య మపే క్షించుటయు దోషముకాదని నాయూహ. ఈ నాయాశయ ముల కనుకూలముగా "పెలిమూజ్ - మెలిజాండాలు" "బొమ్మ రిలు" "సిలిపిట్ట" అను గ్రంథములు వాటియనువాదములైన ఇంగ్లీషుభాషాగ్రంథములనుండి నేను తిరిగి తెనుగుభాషకు పరివర్తనము గావించినాను. నాకు గలిగిన ఆర్థికదుస్స్థితి, దాని మూలమున గలిగిన నిరుత్సాహములచే మరికొన్ని గ్రంథముల నీరీతిచే ఆంధ్రీకరింపగలచియు వెనుకంజ వేసితిని. 1928 సం॥లో నాచే తెలుగింపబడిన పెలిమూజ్ - మెలిజాండాలు 1931 సం॥ భారతియందు ప్రకటింపబడినది. 1930 సం॥లో తెనుగింపబడిన యీ "బొమ్మరిల్లు" నేటికి పుస్తకరూపమును దాల్చుచున్నది. 1931 సం॥లో తెనుగింపబడిన "సిలిపిట్ట" ఇంక ఎన్నిసంవత్సరములు వేచియుండవలెనో!

ఆంధ్రవాఙ్మయము గత పదిహేనుసంవత్సరములకంటె నిప్పుడెంతో యభివృద్ధిచెందుచున్నమాట నిశ్చయము. ఈ గ్రంథములయొక్క మంచిచెడ్డలను నిర్ణయించుటకు ప్రకృతము

ఈ యత్నమునకు దొడంగితిని. నా యీ ప్రయత్న మెంతవరకు ఫలించినదో! నా యీ గ్రంథమున ముద్రాకృతాదిదోషములు కొన్ని గలవు. ఈ పుస్తకము పునర్ముద్రణముగాంచు భాగ్య మెన్నటికైనగలుగుచో భాషావేదులసహాయముచే నాలోపము లన్నియు సవరింపగలనని వినయపూర్వకముగా విన్నవించు చున్నాను.

ఈ గ్రంథమును మూలముతో చాలవరకు సరిచూచి, ఎన్నోతీరని వ్యాపకములున్నను, "అవతారిక" రచించిన మ. రా. శ్రీ గిడుగు వెంకటసీతాపతిగారికి నా కృతజ్ఞతావందనములు. దీని ముద్రణమునకై కొంతవరకు ద్రవ్యసహాయము చేసిన మ. రా. శ్రీ డోల ఎఱ్ఱన్నాయుడు, మ. రా. శ్రీ డోల అప్పలనాయుడుగార్లకు నే నెంతయు కృతజ్ఞుడను. వారి విద్యాభిమానమును, ఆయురైశ్వర్యములను భగవంతుడు సదా వెంపొందించుగాక.

గొల్లలవల్స,
12-5-36.

ఇట్లు,
దేశరాజు రామదాసు.

A Doll's House కు ఈ 'బొమ్మరిల్లు' అనే నాటిక శ్రీయుత దేశరాజు రామదాసుపంతులు తెలుగుభాషలో పరివర్తనముచేసి ప్రకటిస్తున్నాడు. అనువాదమునకు అనువాదముగా ఉన్న ఈచిన్ననాటిక మనుమరాలివంటిది. ఈ మనుమరాలు తన అమ్మమ్మను ఎంతవరకు పోలియున్నదో, ఆ అమ్మమ్మ రూపమునకు భిన్నమైన రూపమును ఎంతవరకు దాల్చియున్నదో ఈ మూడు భాషలతోను పరిచయము గలవారే చెప్పగలరు. తరములు మారినకొలదీ మొదటిరూపము అంతకంతకు ఎక్కువగా మారిపోతూ ఉండడము సహజమే అయినా, అమ్మమ్మరూపు రేఖావిలాసములు కొన్ని కూతురిలో లోపించి మనుమరాలిలో కనబడుతూఉండడము అసంభవముకాదు. ఆవిధముగానే ఆంగ్లభాషానువాదమైన A Doll's House అనే నాటికలో కనబడుటకు వీలులేని సొగసులు ఆంధ్రభాషానువాదమైన బొమ్మరిల్లు అనేనాటికలో కొన్ని గోచరించినవి. అందుకు దృష్టాంతముగా రెండు స్థలములందలి వాక్యములు చూపిస్తున్నాను. ఈ కథకు నాయిక అయిన నోరా తన్నుచూడవచ్చిన క్రిసైని

లిండదేవి—నువ్వు నన్ను పోల్చుకోలేదనుకొంటాను.

నోరా—లేదు. పోల్చుకోలేదు—ఆఁ. జ్ఞాపకము వచ్చింది. (తొందరగా) అవును. నువ్వు క్రిస్టైనీవి కావూ ?

చిన్నప్పుడు తనతో కలసి చదువుకొని జట్టుగా ఉండిన నోరా తన్నెప్పుడు "మీరు" అని అన్నదో, అప్పుడే ఆమె తన్ను పోల్చుకోలేదని లిండీదేవి అనుమానించుటకు అవకాశ మేర్పడినది. తెలుగుభాషలో 'నీవు' 'మీరు' ఔచితిని బట్టి వాడుటవల్ల కలిగే సొగసు Thou కు మారుగానైతేను You వాడుటవల్ల నేటి ఆంగ్లభాషలో కనబరచుటకు అవకాశము లేదు.

మరియొక దృష్టాంతము·

తనకు చిన్ననాటి మిత్రుడయిన క్రోగ్‌స్టాడ్ వర్తమాన కాలమందు తనచేతిక్రింద చిన్నపదవిలో ఉండినన్ను తన కచేరిలో నలుగురి యెదుటను అధికారియెడలను చూపించవలసిన గౌరవము చూపించక పూర్వపరిచయమున్ను చనవున్ను మన్ని

హక్కున్నదని ప్రతిష్ఠించాం [illegible]
పిలుస్తాడు ”

ఆంగ్లభాషలో Mr విడిచిపెట్టడమువల్ల ఈ అర్థవిశేషము కొంతవరకు గోచర మవుతుందిగాని, 'ఒకే హెల్మరు' అనడమువల్ల అయినంత స్పష్టముగా కాదు.

ఇటువంటిస్థలములలో ఇబ్ సెన్ రచనకు ఆంగ్లభాషానువాదముకంటె ఆంధ్రభాషానువాదమే ఎక్కువచేరువగా ఉండునని చెప్పవచ్చును. అయితే, అంతమాత్రాన 'A Doll's House' కంటె అందుకు అనువాదముగా ఉన్న 'బొమ్మరిల్లు' మిన్నయని నేను చెప్పడములేదు. సర్వాంగసంపన్నమై సర్వతోముఖమైన విద్యావ్యాసంగముచేతను సకలవిధములయిన రచనలచేతను చాలాకాలమునుండి పరిష్కృతమై ప్రౌఢమైయున్న ఆంగ్లభాషలో సంపూర్ణాభ్యాసముగల ఒక ఆంగ్లపండితుడు అనువాదముచేసిన 'A Doll's House' ఎక్కడ! సంస్కృతభాషాసాహాయ్యము లేనియెడల చెల్లుబడిగల పదములు [illegible] కక చిక్కుపడుతూ గద్యరచనాభ్యాసము ఇంకా ప్రారంభద[illegible]

వారిలో కనబడుటకు అవకాశముండదు. అయితే, కొన్ని విషయములలో మాత్రము స్వతంత్రించి గ్రంథము రచించుటకంటె పరభాషలో ఉన్నగ్రంథము స్వభాషలోనికి పరివర్తనముచేయుట ఎక్కువకష్టమైన పని. కంటికింపుగా ఉండే ఊహాకల్పితమైన స్త్రీని చిత్రించుటకంటె వికృతరూపమున ఉన్న ఒక ముష్టిదాని చిత్రముగాని అందముగా ఉన్న ఒక స్త్రీచిత్రముగాని ఉన్నది ఉన్నట్లుగా రచించుట ఎక్కువకష్టమైన పని. మూలమునకు ఏ మాత్రము భిన్నముగా ఉన్నా ఆక్షేపణీయమే. అనువాదము చేసేవారికి స్వాతంత్ర్యము ఏమీ ఉండదు. మూలములో ఉన్న రసపుష్టి, అర్థసౌష్ఠవము, పదలాలిత్యము మొదలయిన లక్షణాములన్నీ అనువాదములో కనబడవలెను. ఈఆశయములను బట్టి పరిశీలించగా 'A Doll's House'కు అనువాదముగా ఉన్న "బొమ్మరిల్లు' మొత్తముమీద మెచ్చుకోదగినట్లు రచితమైనదని చెప్పవచ్చును. ఉద్దిష్టభావములు సరిగా వ్యక్తపరచుటలోను, వాక్యరచనలోను అక్కడక్కడ కొన్నిలోపము లుండే ఉండవచ్చును; గాని, మొత్తముమీద అనువాదమువల్ల కలుగక

ఈ సందర్భమున మూలగ్రంథమును రచించిన హెన్రిక్ ఇబ్సెన్ మహాకవినిగురించి కొద్దిగానైనా చెప్పకుండుట ధర్మము కాదు.

ఈ మహానుభావుడు 20-3-1828 వ తేదీని నార్వేదేశమున స్కీయెన్ పట్టణమున పుట్టెను. చిన్నతనమునుండియు ఇతనికి కళలయందు ఆసక్తి మెండుగా ఉండెను. స్వల్పవిషయములైనా ఎక్కువగాను మనోహరముగాను వర్ణించుటయందు ఇతనికి గొప్పనేర్పు సహజముగా అలవడినది. బాల్యావస్థలో విద్యార్థిగా ఉన్నప్పుడే ఇతడు తన కలలో చూచినది ఎంతో హృద్యముగా వర్ణిస్తూ వ్రాసి తనతోడి విద్యార్థులకు చదివి వినిపించినాడట! ఇతడు కొద్దిగా పద్యకావ్యములను అనేకముగా నాటకములను రచించి జగద్విఖ్యాతిపొందిన మహాకవి. వాటిని యూరపుఖండమందలి పలుదేశములవారు తమ తమ భాషలలోనికి పరివర్తనము చేసుకొన్నారు. 1877 లో ఇతనికి స్వీడన్ దేశమందలి ఉప్సలా విశ్వవిద్యాలయమువారు గౌరవా

తన కెంతో పరిచయముగలిగి వారిశీలము, రూపము, స్వభావము మొదలయిన గుణములన్నీ వారి అంతరంగికరహస్యములతో కూడా యెరిగినవానివలె చిత్రించినాడు. ఒకసారి అతని మిత్రుడొకడు “ఈ బొమ్మరిల్లునాటికలోని నాయికకు ‘నోరా’ అనేపేరు ఎట్లువచ్చినది ?” అని అడిగినప్పుడు, “నీకు తెలియదా ? ఆమెపేరు వాస్తవముగా ‘లియోనోర్.’ అయితే ఆమెను ఇంటివారందరూ ‘నోరా’ అని ముద్దుపేరు పెట్టి పిలుస్తూ ఉండడముచేత ‘నోరా’ అనే పేరు వచ్చినది.” అని ఎంతో నిబ్బరముగా చెప్పినాడట!

ఈ నాటికలోని కథ చిన్నదైనా మానవజీవితమును విమర్శించుటకు అవకాశములు అనేకముగా ఇందులో గలవు. స్థూలదృష్టికి మంచిగా కనబడే గుణములు సూక్ష్మదృష్టికి చెడ్డగాను, స్థూలదృష్టికి చెడ్డగా కనబడే గుణములు సూక్ష్మదృష్టికి మంచిగాను గోచరించేటట్లు కథనడపించి పాత్ర పోషణముచేయుటలో ఇబ్సెను గట్టివాడు. ఈనాటికకు కథానాయకుడైన హెల్మరు అనేకసద్గుణములు గలవాడే. భార్యను

మాటలతో ఓదార్చుటకు మొదలుపెట్టినాడు. నోరా దస్తా
వేజు కాగితములో దొంగసంతకముచేయడము తన భర్త ప్రాణ
ములు కాపాడుటకే అయినా తప్పే. అయితే ఆకాగితము
క్రోగ్‌స్టాడ్ తనవద్దనుంచుకొని అది నలుగురికీ చూపించి తన
గౌరవమునకు భంగం కలుగజేస్తాడన్న భయమువల్ల నోరాచే
సినతప్పు ఒక ఘోరముగాను, క్రోగ్‌స్టాడ్ ఆకాగితము తనవ
ద్దకు పంపించివేయగానే ఆభయము పోవుటవల్ల ఆతప్పు మర
చిపోదగినదిగాను, భావించి, మొదటను ఆమెను కడునీచము
గా నిందించిననోటనే తుదకు మంచిమాటలాడి ఆశ్వాసించు
టలో హెల్మరు తనస్వార్థపరత్వమునే చూచుకొన్నాడుగాని
నోరా చెప్పినట్లు భారమంతా తనమీదనే వేసుకొని ఈతప్పం
తా నాది అనలేదు. ఈవిషయము నోరా ఎత్తిపొడిచినప్పుడు
"ప్రపంచంలో ఎవరును తాను ప్రేమించినదాని గూర్చి తనగౌర
వాన్ని భంగంచేసుకోరు అనికూడా అతడు తనస్వార్థపరత్వం
వ్యక్తంచేసుకొన్నాడు. అప్పుడు నోరా "ఆలాగు లక్షలకొలదీ
స్త్రీలుచేస్తారు" అని స్త్రీల ఆధిక్యం తెలియజేసినది. లోకం

[illegible] రికిని తెలిసినవిషయము. బిడ్డలు కావడముగాని కాకపోవడముగాని కేవలము దైవాధీనము, దానివల్ల పిల్లలుచేసినతప్పు ఎక్కువకాదు. తక్కువకాదు.

నోరా తనభర్తను ప్రేమించుటలో స్వార్థపరత్వమును త్యజించినది; గాని తనయెడల తనభర్తకు తనఆశయముల కనుకూలమైన ప్రేమలేదనిన్ని అందువల్ల తనను నీచముగా చూచినాడనిన్ని తెలుసుకొన్నతర్వాత అతనితో మరి కాపురముచేయుటకు ఇష్టపడని మానిని నాయికానాయకుల గుణములు కథారంభమున కనబడినవాటికి విపరీతముగా కథాంతమున పరిణమించినవి ఈతెలుగునాటికలో ఈ పాత్రపోషణము రసవంతముగా సాగినదని చెప్పవలెను

నాటిక అంతా మొత్తముమీద స్వతంత్రించి రచించిన దానివలెనే సరళముగాను శ్రావ్యముగాను ఉన్నది. రసజ్ఞులున్ను, కళానిపుణులున్ను దీనిని అభినయించి ఆనందింతురుగాక!

విద్యాధికులు దీనిని ఆదరించి ఈగ్రంథకర్త ఇట్టి అనువాదములు ఇంకా చేసేటట్లు ప్రోత్సహింతురు గాక!

పర్లాకిమిడి
6-5-1936

గిడుగు వేంకటసీతాపతి,
బి. ఏ., ఎల్. టి.

ర ం గ ము.

[ఒకగది అమితమైన పరికరములు లేనప్పటికీ, యింపుగాను సహాయముగాను నుండును. వెనుకతట్టు కుడివైపునుండి సావడిలోని కొకద్వారముండును. ఎడమవైపుననున్న మరియొక ద్వారము హాల్మరుగదిలోని కుండును. రెండుద్వారములకును మధ్యనొక పియానో. ఎడమవైపుననున్న గోడకు మధ్యనొక ద్వారము. దానిప్రక్క నొకకిటికీ, కిటికీవద్ద గుండ్రనిమేజాబల్ల, చేతులుగలకుర్చీలు, ఒకసోఫా. కుడివైపుననున్నగోడకు, ఒక కొనను మరియొకద్వారము. ఆవైపుననే దానిప్రక్కనొకస్టవ్వు. రెండు వాలుకుర్చీలు. ఒక ఉయ్యాలకుర్చీ. ద్వారమునకు స్టవ్వునకు మధ్య నొకచిన్నమేజా. గోడలపై చిత్తరువులు. పింగాణిచిప్పలు మొదలగువస్తువులుగల ఒకగూడు. అందముగా నట్టకట్టబడిన పుస్తకములుగల ఒకబీరువా. నేలను తివాసీ పరిచి యుండును. స్టవ్వు వెలుగుచుండును. అది శీతాకాలము. సావడిలో గంటమ్రోగును. కొంతసేపైనతరువాత తలుపు తెరచినట్టు శబ్దము వినబడును.]

మస్ చెట్టును పట్టుకొనివచ్చును. దానినివాడు తలుపుతెర
దాసీ కందించును.]

నోరా—క్రిష్టమస్‌వృక్షాన్ని జాగ్రత్తగాదాచు హె
న్! ఈసాయంత్రందాకా పిల్లలకుమాత్రం కనబడకుం
చూడు. అప్పుడు దాన్ని అలంకరిద్దాం. (సొమ్ముసంచీతీసి కూ
వానితో) ఎంత?

కూలివాడు—ఆరుపెన్సులు.

నోరా—ఇదిగో షిల్లింగువద్దు. చిల్లరక్కర్లేదు తీసు
(కూలివాడు ఆమెకు నమస్కరించును. నోరా తలుపుమ
వేయును. తనకోటు టోపీ విప్పుచు తనలోతాను నవ్వుకొ
చుండును. తనజేబునుండి బిస్కత్తులపొట్లాముతీసి ఒకటిరె
తినును. పిదప నెమ్మదిగా తనభర్తగదిద్వారమువద్దకుపో
వినును.) అదిగో లోపలేయున్నారు. (కూనురాగముతీస్తూ కు
వైపు మేజావద్దకు పోవును.)

హెల్మరు—(తనగదిలోనుండి పిలుస్తూ) ఆకిలకిల్ల
చున్నది నాభరతపక్షేనా?

నోరా—ఇప్పుడే. (బిస్కత్తులసంచీ తనజేబులో పెట్టు కొని తనమూతి తుడుచుకొనును) లోపలికి రండి. నేనేం తె చ్చానో చూద్దురుగాని.

హెల్మరు—నన్నల్లరపెట్టకు. (కొంతసేపైనతరువాత తలుపు తెరచి చేతకలముపట్టుకొని గదిలోనికి తొంగిచూచును.) ఏమిటి? కొన్నానన్నావా? ఇవన్నినా? నాముద్దుగుల ఖర్చు దారి తిరిగీ సొమ్మును దండుగపెడుతున్నాదా?

నోరా—అవును. కాని ప్రియా! ఈసంవత్సరం మనం కొంచెము ఖర్చుపెట్టుకోవచ్చునుగదా. మనం గడుపుకోసవస రంలేకుండా వుండడానికిదే మొదటిసంవత్సరం.

హెల్మరు—అయినప్పటికి మన మీలాగు కాతరులేకుం డా ఖర్చుపెడితే యేలాగు?

నోరా—నిజమేగాని మనంకొంచెం దురావరిగా నుండ వచ్చును. ఏం నాథా! ఉండకూడదూ? ఒక్కపిసరు. మీకు పెద్ద జీతం కాడానికి సిద్ధంగానున్నది. దోసిళ్లకొద్దీ గడిస్తారు.

హెల్మరు—(నోరా ఆమదగ్గిరకుపోయి ఆమె చెవి చెవిపట్టుకొని) అదిగో నామొద్ధ. ఇప్పుడు నేను యాభై పౌను లు అప్పుచేశాననుకో. ఈకిసిమిసికి నువ్వదంతా ఖర్చుపెట్టేశా వనుకో. కొత్తసంవత్సరాది రేపనగా నాతలమీద బల్లపడి నేను చచ్చిపోతే—

నోరా—(తనచేతులతో అతనినోరుమూసి) పోనిత్తురు. అటువంటివాగాయత్తపుమాటలాడకండి.

హెల్మరు—పోనీ. ఆలాగు జరిగిందనుకో—అప్పుడేమి టి చేస్తావు ?

నోరా—ఆలాగు జరిగినట్టయితే బాకీలేదు. గీకీలేదు, ఆసంగతే నేను తలపెట్టను.

హెల్మరు—సరే. అప్పిచ్చినవాళ్ల గతేమిటి ?

నోరా—వాళ్ల సంగతా? వాళ్లనుగురించి యెవరు తల మొత్తుకుంటారు? వాళ్లెవరో నే నెవరో ?

హెల్మరు—ఆడవాళ్లు చెప్పవలసినమాట చెప్పావు. కాని నోరా ! నిశ్చయంగా నాఉద్దేశమేమిటో తెలిసిందా ? అప్పూలేదు. అప్పుచెయ్యడంలేదు. అప్పుచేసుకొని తింటూ

హెల్మరు—(ఆమ ననుసరిస్తూ) రా, రా, నాభంత పక్షి రెక్కలు ముడుచుకోకూడదు. ఇదేమిటి నాచిన్నిపుడతకు కోపంవచ్చిందా యేమిటి? (సొమ్మునంచీతీసి) నోరా! ఇందు లో నేమిటుంది?

నోరా—(వెంటనే వెనక్కు తిరిగి) సొమ్ము.

హెల్మరు—సరీగా చెప్పావు. (ఆమెకు కొంతసొమ్మి చ్చును.) క్రీస్టమస్‌లో ఇంటిఖర్చు కెంతకావాలో నాకు తెలి యదనుకున్నావా?

నోరా—(లెక్కపెడుతూ) పదిషిల్లింగులు- ఒకపౌను- రెండుపౌనులు! నమస్కారము నాథా! ఇది చాలకాలము వరకు చాలును.

హెల్మరు—సరిపెట్టుకోవాలి.

నోరా—అవునవును. చాలును. కాని యిలారండి. నే నేం తెచ్చానో చూపిస్తాను. ఎంతోచవగ్గాను. ఇదిగో ఇవారు నకు ఒకకోటు, పంట్లాము, ఒకకత్తి, బాబుకి ఒకతాషాబండి, గుఱ్ఱం, ఎమ్మీకి ఒకబొమ్మ, బొమ్మలమంచం, అవి చాలా బాగున్నాయి. కాని వాటినది ఒకదెబ్బలోనే విరిచేస్తుంది.

నోరా—(అరుస్తూ) వద్దువద్దు. సాయంత్రందాక దాన్ని మీరు చూడవద్దు.

హెల్మరు—సరే. కాని నాఖర్చుదారికి కేమిటికావాలో చెప్పు.

నోరా—నాకా? నాకేమిటివద్దు.

హెల్మరు—కాని నువ్వేమైనా పుచ్చుకోవాలి సవ్యమైనదీ, నీకు ముఖ్యంగా నిష్టమైందీ చెప్పు.

నోరా—నాకేం తట్టకుండావుంది. మీరే—

హెల్మరు—ఏమిటి ?

నోరా—(అతని కోటుగుండీలతో నాడుకూ తలవంచుకొని యతనివైపు మాడనైనా చూడకుండా) మీరే నాకేదైనా నిశ్చయంగా నివ్వాలంటే యివ్వొచ్చు—ఇవ్వండి.

హెల్మరు—అదేదో చెప్పు ?

నోరా—(తొందరగా నంటుకొని) మీరు డబ్బివ్వొచ్చు. ఎంతివ్వగలిగితే అంతే. ఆతరువాత యిలాంటిపండుగరోజుల్లో నాకు తోచింది అదిపెట్టి కొనుక్కుంటాను.

హెల్మరు—కాని నోరా !—

నోరా—దూబరగొట్టువాళ్లంటారు. నాకు తెలుసును. మీకెలాగు బాగుంటుందని తోస్తే అలాగు చెయ్యండి. నాకేమి టికావాలో ఆలోచించుకోడానికి నాకు వ్యవధికూడా వుంటుం ది. ఆమార్గం బాగులేదూ ? ఏమంటారు ?

హెల్మరు—(నవ్వుతూ) అవు నదిమంచిదే. అంటే నేని చ్చినసొమ్ము నువ్వు మిగిల్చి అదిపెట్టి యేదైనా కొంటే. కాని దాన్నంతానువ్వు ఇంటికిందే ఖర్చుపెట్టేసి, అనవసరమైన వస్తువు లు కొనేస్తే—అప్పుడు తిరిగీ నేను దాన్నంతా తీర్చుకోవాలి.

నోరా—కాని అలాగెందు కవుతుంది నాథా—

హెల్మరు—నేనన్నది కాదనడానికి వీలులేదు నోరా. (తనచేతితో నా మెకటి ప్రదేశమును చుట్టుతూ) అది నాముద్దు ల ఖర్చుదారేగాని యెంతో డబ్బుఖర్చుచేస్తుంది. అటువంటివా ళ్లెంత ఖర్చుపెడతారో యెవరికీ తెలియదు.

నోరా—మీరలాఅంటే నాకు సిగ్గువేస్తుంది. నేను నిజం గా మిగల్చగలిగినంత మిగులుస్తున్నాను.

నోరా—(నరితి మియుత మిందిటి నియి వస్తే) ...

ఛరితల కాలకు, ఈవుడతలకు సంఖర్పులుంటాయో మీ కేం తెలుసును!

హెల్మరు—నువ్వింకా పూర్వకాలపుమనిషివి, మీనాన్నలాంటి దానవే. నాదగ్గరనుండి సొమ్ము లాగడానికి నువ్వేదో మార్గం కనిపెడుతూవుంటావు. సొమ్ము చేతికొచ్చినతరువాత అదినీ చేతిలో మంచులాగ కరిగిపోతుంది. అదియెక్కడకు వెళ్ళిపోతుందో నీకు మరి తెలియదు. అయినప్పటికీ నీమాటకెవరూ వ్యతిరేకం చెప్పకూడదు. అవు నిదంతా నీకు మీతండ్రి నుండి వచ్చిన గుణమేకదూ!

నోరా—మా తండ్రివద్దనుండి నాకు మరికొన్ని గుణాలేమైనావస్తే బాగుండును.

హెల్మరు—నాభరతపక్షిలో నాకేమీ మార్పక్కరలేదు. ఇప్పుడెలాగుందో అలాగుంటేచాలు. కాని నువ్విప్పుడస్వస్థతగా నున్నట్లు నాకు కనిపిస్తున్నాది.

నోరా—అస్వస్థతగా నున్నట్లు కనబడుతున్నానా?

హెల్మరు—నిశ్చయంగాను. నాతట్టుచూడు.

నోరా—(అతనివైపు చూచును) ఏమిటి?

హెల్మరు——అప్ప డప్పుడు మిఠాయి కొనుక్కొని తింటూవుండడంలేదు?

నోరా——లేదు.

హెల్మరు——ఒక బిస్కత్తయినా కొరికిమాడడంలేదా?

నోరా——లేదునాథా. నేను నిశ్చయంగా చెప్తాను.

హెల్మరు——అబ్బే. నే నుట్టి నవ్వుతాలకన్నాను.

నోరా——(కుడివైపురుండి మేజావద్దకుపోయి) మీకో ఎకరు వ్యతిరేకంగా నే నెప్పుడు చెయ్యను.

హెల్మరు——అవును. చెయ్యవు నాకు తెలుసును. అది గాక చెయ్యనని నువ్వ మాటకూడా యిచ్చావు. (ఆమెవద్దకు వెళ్లి) క్రిస్టమస్ రహస్యాలన్ని నీవద్దనే వుంచుకో, రాత్రి క్రిస్ట మస్ వృక్షాన్ని వెలిగించేటప్పుడే అందరికీ తెలుస్తాయి.

నోరా——డాక్టరు రాంక్ గారిని పిలవాలన్నమాట జ్ఞాప కముందా?

హెల్మరు——లేదు. అది అవసరంలేదు. మామూలు ప్రకారంగానే అతడు మనతో భోజనానికి వస్తాడు. అయినప్ప.

హెల్మరు—పెద్దవుద్యోగము౼ కావలసినంత డబ్బువ స్తున్నప్పుడు దానినిగూర్చి తలచుకోవడం హాయిగానుంటుంది. అది తలచుకుంటే మిక్కిలి సంతోషంగానుండదూ ?

నోరా—చాల సంతోషంగా నుంటుంది.

హెల్మరు—గతక్రిస్టమస్ నీకు జ్ఞాపకముందా ? క్రిస్ట మస్‌కు ముందు పూర్తిగా మూడువారాలు నువ్వు గదిలో తలుపువేసుకొని చాలరాత్రివరకు క్రిస్టమస్ చెట్టును అలంకరి స్తూ కూర్చున్నావు. ఎన్నెన్నో వింత ఆభరణాలుపెట్టి మమ్మ నద్భుతపరచడానికి. ఆమూడువారాలు నాకు మిక్కిలి చికాకు గా నుండేది.

నోరా—నాకుమాత్రం చికాకు వెయ్యడంలేదు

హెల్మరు—(మందహాసంచేస్తూ) కాని దానికి అమూ ల్యమైన పర్యవసానం కలిగింది.

నోరా—దాన్నిగూర్చి నన్ను మరివేళాకోళం చెయ్యా కండి. పిల్లివెళ్లి చింపేస్తే నన్నేమిటి చెయ్యమన్నారు ?

హెల్మరు—ఈసారి నేను చికాకుతో నొంటరిగా కూర్చోవలసిన అవసరం లేదు. నువ్వు నీసుందరమైన కళ్లు, మృదువైన చేతులు పాడుచేసుకో నక్కర లేదు.

నోరా—(చప్పట్లు చరుస్తూ) అవసరంలేదు. నాథా! అవసరంలేదు. ఇంకా అవసరముందా? మీరామాటలు చెప్తూవుంటే నాకు చెవులపండుగ్గానుంది. (అతని చేయిపట్టుకొని) మనసామాను ఎలాగు సర్దితే బాగుంటుందని నాకు తోస్తున్నాదో అదిమీకు చెప్తాను. క్రిస్టమస్ అయిపోయినతరువాత (సావడిలో గంటమ్రోగును) అదిగో గంటవాగుతున్నాది. (గదికొంచెము సర్దును) ఎవరో తలుపువద్దనున్నారు. ఏంవెధవ ఘోష.

హెల్మరు—నాకోసంగాని యెవరైనావస్తే నే నింటివద్ద లేనని చెప్పు.

దాసి—(ద్వారంలో) అమ్మా! మీకోసం ఎవరో ఆడమనిషి వచ్చింది. క్రొత్తమనిషి.

నోరా—ఆమెను లోపలికి రమ్మను.

దాసి—అవును బాబు!

(హెల్మరు తనగదిలోనికి పోవును. ప్రయాణపుదుస్తులలోనున్న లిండీదేవిని దాసి లోనికి తోడ్కొనివచ్చి తలుపు మూయును.)

లిండీదేవి—(నిరుత్సాహ కరమైన పిరికి స్వరముతో), నోరా! ఖులాసాగా నున్నావా ?

నోరా—(సందేహముతో) మీరు ఖులాసాగా—

లిండీదేవి—నువ్వు నన్ను పోల్చుకోలేదనుకుంటాను.

నోరా—లేదు. పోల్చుకో లేదు—ఆఁ. జ్ఞాపకమూ వచ్చింది. (త్వరగా) అవును. నువ్వు క్రిస్టీనివి కావూ ? —

లిండీదేవి—అవును.

నోరా—క్రిస్టీని! నేను నిన్ను పోల్చుకోలేకపోవడం—అవును. నేనెలాగు పోల్చుకోవడం—(సరళస్వరముతో) నువ్వెంత మారిపోయావు ?

లిండీదేవి—అవును. నేను చాల మారిపోయాను. ఈ తొమ్మిది పదిసంవత్సరాలయి—

నోరా—మనం కలుసుకొని అన్నాళ్ళైందా ? అయిందనుకుంటాను. ఈ తొమ్మిది పదిసంవత్సరాలు నాకు ఖులాసా

నోరా—కిసిమిసిరోజుల్లో ఖులాసాగా గడపడానికి ఎంతానందం. మనంకలిసి నాలుగురోజు లానందంగా నుందాం. కాని ఆబట్టలువిప్పి, నీకు చలిలేదుకాబోలు! (విప్పటలో సహాయముచేయును.) మన విూస్టవ్వుప్రక్కను కూర్చుందాము. హాయిగా నుంటుంది. లేదు. నువ్వీకుర్చీమీద కూర్చో. నే నీ పుర్యాలకుర్చీలో కూర్చుంటాను. (ఆమెచేతులు పట్టుకొని) నువ్విప్పుడు తిరిగీ పూర్వపుమాదిరిగా కనబడుతున్నావు. అదంతా మొదటిగడియే- క్రిస్టైనీ! నువ్వు కొంచెం పాలిపోయావు. కొంచెం ఎండిపోయినట్టుగూడా కనిపిస్తుంది.

లిండీదేవి—మిక్కిలి ముసలితనం వచ్చినట్టుగూడాను నోరా!

నోరా—బహుశా కొంచెం ముసలితనం వచ్చినట్టుకూడాను. కొంచెమే. విశేషం గాదు. ఎంతమాత్రంకాదు. (హటాత్తుగా నూరుకొని నిదానంగా మాట్లాడును.) నేనెంత తెలివిమాలినదానిని, నేనుకాలమంతా మాటలతో వృథాపుచ్చుచున్నాను. నాప్రియురాలా! క్రిస్టైనీ! నన్ను క్షమించు.

లిండీదేవి—అవును. నాభర్తపోయి మూడుసంవత్సరములైంది.

నోరా—అవును. నాకు తెలుసును. నేను పత్రికలలో చూశాను. నేను నిశ్చయంగా చెప్తాను. క్రిస్టైనీ! నీపేర ననేకసారులు ఉత్తరం వ్రాయాలనుకున్నాను. కాని యెప్పుడూ వ్రాద్దామనే గడిపేశాను. ఏకారణంచేతనో ఎప్పుడూ వ్రాయడమైందికాదు.

లిండీదేవి—నాకు బోధపడింది సఖీ.

నోరా—అది నామట్టుకు నాకే బాగులేదు. నువ్వు పాపం ఎంత బాధపడుతుండేదానివో. అతడు నీకేమీ ఆస్తివుంచలేదుగదూ?

లిండీదేవి—లేదు.

నోరా—ఏమీలేదు? అయితే?

లిండీదేవి—దుఃఖముగాని విచారముగాని కూడలేదు.

నోరా—(విచికిత్సతో నామెవైపుచూస్తూ) కాని, క్రిస్టైనీ! అలాగు జరుగుతుందా?

ఘోరపచారిస్తుయుంటుంది. నాకుముగ్గురు పిల్లలున్నారు. కాని వారిప్పు డింటివద్ద లేరు. దాదితో షికారు తిరగడానికిపోయారు. కాని యిప్పుడు నీసంగతంతా నువ్వు నాకు చెప్పాలి.

లిండేదేవి—అలాగుకాదు. నీసంగతే నేను ముందు వినాలి.

నోరా—అలాగుకాదు. నువ్వు ముందుచెప్పాలి. నేను నేనంతిపొంకెత్తుగా నుండకూడదు. ఇవేళల్లా నీసంగతే నేను తెలుసుకోవాలి. కాని, నీకు చెప్పవలసినసంగతి ఒకటుంది. మా కిప్పుడే గొప్ప అదృష్టంపట్టింది. నీకు తెలుసునా?

లిండేదేవి—తెలియదు. ఏమిటది?

నోరా—ఊహించుకో! నాభర్తగారికి బ్యాంకీమేనేజరుపనైంది.

లిండేదేవి—నీభర్తకా? ఎం తదృష్టం.

నోరా—నిజంగానే. బారిష్టరుపనిలో రాబడికి నికరం లేదు. అందులో అన్యాయమని విచారిస్తే అసలే డబ్బులేదు. నాభర్తగారు అన్యాయమైనపక్షాన్ని యెంతమాత్రం అవలంబించరు. అది నాకూ యిష్టమే. ఇప్పుడు మాకెంతసంతోషంగా

వచ్చి నిర్విచారంగానుంటే హాయిగా నుండదూ?

లిండీదేవి—అవును. ఎవరుకోరినది లభిస్తే వారి కదే సంతోషం.

నోరా—ఒక్క కోరిందేకాదు. దానిక్కావలసిందంతా డబ్బు కూడాను.

లిండీదేవి—(దరహాసంచేస్తూ) నోరా! నోరా! నీకిప్పుడైనా జ్ఞానంవచ్చిందా? మనం చదువుకుంటున్నప్పుడు నువ్వు మిక్కిలి దుబారావారిగానుండే దానివి.

నోరా—(నవ్వుతూ) అవును. అదేయిప్పటికీ మావారంటారు. (ఆమెవైపు వ్రేలాడిస్తూ) కాని, "నోరా, నువ్వనుకున్నంత తెలివితక్కువదికాదు." మేము డబ్బు వృథాగా వ్యయంచేసేస్థితిలోలేము. మేమిద్దరముగూడా కష్టపడి పని చెయ్యవలసివుండేది.

లిండీదేవి—నువ్వుకూడానా?

నోరా—అవును విధీవిరామము లేదు. కుట్టుపని, అల్లిక, నగిషీ. (స్వరముతగ్గించి) ఇంకా అనేకపనులు. నాభర్త నా

చాలకాలమువరకు పనిచేస్తూ వుండినారు. అందుచే గొప్పజబ్బు పడిపోయారు. అప్పుడు వైద్యులు వారిజబ్బు కుదరడానికి దక్షిణదేశయాత్ర చెయ్యవలసివుంటుందని చెప్పారు.

లిండీదేవి—చువ్వాసంవత్సరమల్లా యిటలీదేశములోనే గదూ గడిపావు ?

నోరా—అవును. కాని అదంత తేలికైనపని కాదని నేను చెప్పగలను. అది ఇవాను పుట్టినకొద్దిరోజుల్లోనే. కాని మేము వెళ్ళకతప్పనిసరి. అది మహాచక్కనిప్రయాణమే. నా భర్తప్రాణాన్ని రక్షించింది. కాని గొప్పఖర్చైపోయింది.

లిండీదేవి—ఆలాగే అనుకున్నాను.

నోరా—ఆ ప్రయాణానికి రెండువందలయాభైపౌనులయినాయి. ఏం కొంచెంసొమ్మా ?

లిండిదేవి—అవును. అటువంటి అవసరాల్లో అంత డబ్బుండడం చాల అదృష్టం.

నోరా—నీకు చెప్పాలిగదూ. అదంతా అప్పగారి చ్చారు.

పురిటిసమయం. చిన్నియివారు కడుపుతోనున్నారు. వ్యాధిపీడితునైన నాభర్తగారే నాకన్నిసదుపాయములు చెయ్యవలసి వచ్చింది. నాప్రియజనకుని నేను మరిచూడ లేకపోయాను. క్రిస్టైనీ! నావివాహమైనప్పటినుండి అంతవిచారమైన కాలం మరొకటిలేదు.

లిండీదేవి—మీతండ్రిని నువ్వెంతప్రేమించేదానివో నాకు తెలుసును. ఆతరవాత నువ్వు ఇటలీ వెళ్ళిపోయావా?

నోరా—అవును. మాచేతుల్లో డబ్బుండేది. వైద్యులు తప్పక వెళ్ళవలసిందని చెప్పారు. అందుచే నొక నెలపోయిన తరువాత బయలుదేరాము.

లిండీదేవి—నీభర్త ఆరోగ్యవంతుడై వెళ్ళిపోవచ్చాడా?

నోరా—కంచుగంటలాగ!

లిండీదేవి—కాని - డాక్టరో?

నోరా—ఏడాక్టరు?

లిండీదేవి—నేనిక్కడికి వచ్చేముందర, ఎవరోడాక్టరు వచ్చారని దాసి చెప్పినట్టు జ్ఞాపకం?

ది. ఇప్పుడదంతాసరి. నోరా! నాతల్లికి నే నవసరంలేదు. ఇప్పు డామె యీలోకంలోలేదు. నాతమ్ములకు నే నవసరంలేదు. వారికేదో యింతదారి కలిగింది. వాళ్లెలాగో బ్రతగ్గలరు.

నోరా — ఆహా! ఇప్పుడు నీకెంత తేలిగ్గానుంటుంది. —

లిండీదేవి — లేదు. నాజీవితమేమో చెప్పడానికి వీలులే నట్టి గులకలాగుంది. నేను జీవించుట కింక నాకెవ్వరున్నారు? (చికాకుతోలేచి) అందుచేతనే నాచిన్నికూపంలో మరి నిలవ లేకపోయాను. ఇక్కడేదైనాదొరికితే ఆయాలోచనలన్నీ లేకుం డా నిర్విచారంగానుందామని వచ్చాను. నాఅదృష్టం బాగుంటే ఏదైనా కచేరిపని—

నోరా — కాని క్రిస్టైనీ! అది మిక్కిలి చిక్కైనపని. నువ్వు చాల అలసిపోయినట్టు కనుపిస్తున్నాది. ఏదైనా సముద్ర తీరానికి వెళ్లితేమంచిది.

లిండీదేవి — (కిటికీదగ్గరకువెళ్లి) నోరా! సముద్రతీరప్ర యాణమునకు కావలసిన డబ్బిచ్చుటకు నాకేమి తండ్రిలేడు.

నోరా — (లేచి) నామీద కోప్పడకు.

తూవుంటే—నువ్వు చెప్పితే నమ్మవుగాని—నాకు గలిగినట్టే. నేను పొందిన ఆనందానికి పరిమితిలేదు.

నోరా—నీ వుద్దేశమేమిటి ?—ఆఁ తెలిసింది. నాభర్త గారు నీకేమైనా సాయం చెయ్యగలరని.

లిండీదేవి—అవును, నేను తలచినదదే.

నోరా—క్రిస్టైనీ! ఆయన తప్పక చేస్తారు. ఆసంగతినాకు విడిచిపెట్టు. చాల తెలివిగా నేను దాన్ని సంధిస్తాను—ఆయన కేది మిక్కిలి యిష్టమో దాన్ని గురించి ఆలోచిస్తాను. నీకెలాగైనా నే నుపయోగపడ గలిగితే నాకెంతో సంతోషం.

లిండీదేవి—నోరా ! నువ్వెంత దయావతివే. నాకు సాయం చెయ్యడానికి తొందరపడుతున్నావు. నీయందు ద్విగుణీకృతమైనదయ్యుంది. ఎందుకంటే నీకు జీవితమందలి కష్టసుఖములు తెలియవు.

నోరా—నాకా ! జీవితమందలి కష్టసుఖములు తెలియవు ?

డదు.

లిండీదేవి——ఆధిక్యతవహించ గూడదు ?

నోరా——నువ్వూ నలుగురిలాంటి దానివే. వాళ్లందరూ
నేనేమి కష్టమైన పనిచెయ్య లేననుకుంటారు——

లిండీదేవి——చెప్ప. చెప్ప.

నోరా——నా క్షీప్రపంచమందలి కష్టసుఖములయనుభవ
ము లేదనుకుంటారు.

లిండీ——కాని నోరా! నీకు కలిగిన కష్టములన్ని యిప్ప
డు చెప్పేవు గదా.

నోరా——ఛా !——అవేమి కష్టములు. (స్వరముతగ్గిస్తూ)
నీకు ముఖ్యమైన సంగతి చెప్పలేను.

లిండీదేవి——ముఖ్యమైన సంగతా ? ఏమిటది ?

నోరా——క్రిస్టైనీ ! నువ్వు నన్ను తేలికగా చూస్తావు.
కాని అలాగు చూడకూడదు. నీతల్లినిగూర్చి నువ్వంత కష్టపడి
పనిచేసినందుకు నువ్వు గర్వపడుతున్నావు కావా ?

నువ్వు గర్వపడతావు ?

లిండీదేవి—అట్లు గర్వపడడానికి నాకొకవిధమైనహక్కున్నాది.

నోరా—నేనుకూడా అలాగే అనుకున్నాను. కాని యిప్పు డీమాటవిను. నాకుగూడ నేను గర్వపడి సంతోషపడవలసిన విషయమున్నాది.

లిండీదేవి—అట్టి విషయమున్నాదంటే నేను సందేహించను. కాని అదేదో నువ్వుచెప్పు.

నోరా—మెల్లిగా మాట్లాడు. మాఆయన వినగలరు. వారికెంతమాత్ర మీసంగతి తెలియకూడదు. ఈప్రపంచములో నెవరికి తెలియకూడదు. నీకుతప్ప.

లిండీదేవి—ఏమిటది !

నోరా—(క్రిందను తనప్రక్కనున్న సోఫామీదకామెను లాగును.) ఇప్పుడు నేను దేనినిగూర్చి గర్వమును సంతోషమును పొందవచ్చునో, అది చెప్తాను. నాభర్తప్రాణమును కాపాడినది నేనే.

వ్యవహారం చేశారు.

నోరా—(మందహాసంచేస్తూ) అవును! ఆలాగే నాభర్తగారూ, అందరూ అనుకుంటారు. కాని—

లిండీ—కాని—

నోరా—అప్పగారు మాకొక్క చిల్లిగవ్వైనా యివ్వలేదు. ఆసొమ్ము తెచ్చినది నేను.

లిండీ—నువ్వా ? అంతసొమ్మునా ?

నోరా—రెండువందలయాభై పౌనులు.

లిండీ—కాని నోరా! ఆకార్యం నువ్వెలాగు చెయ్యగలిగావు ? ఏదైనా లాటరీలో బహుమాన మొచ్చిందా ?

నోరా—(నిరసనభావముతో) లాటరీలోనా ? అలాగైతే అందులో మరేమి గొప్పున్నాది ?

లిండీ—అయితే మరెక్కడనుండి నీ కాసొమ్ము వచ్చింది ?

నోరా—(అద్భుతావహమును తెలియజేయు చిరునవ్వు నవ్వుతూ కూజితస్వరముతో) హుహూ ! ఆహా !

భార్య అప్పు తేకూడదు కాబట్టి.

నోరా—(తల నెగురవేస్తూ) ఓహో! ఆభార్యకేమైనా వ్యవహారజ్ఞాన మున్నట్టయితే—ఆభార్యకొకపిసరు తెలివి తేట లున్నట్టయితే—

లిండీ—నువ్వు చెప్పిందేమిటో నాకు బోధపడలేదు నోరా!

నోరా—ఏమీ అవసరంలేదు. నే నప్పుచేసేనని యెప్పుడూ చెప్పలేదు. నాకు మరోకలాగ వచ్చివుండవచ్చును. (సోఫామీద వెనక్కు చేరబడుతూ) నన్ను మోహించినవా డెవడేనా నాకిచ్చిఉండవచ్చును. ఎవరైనా నాలా గందంగా నున్నప్పుడు—

లిండీ—నువ్వు పిచ్చిదానివి.

నోరా—క్రిస్టినీ! ఇదంతా తెలుసుకోడానికి నీకు చాల ఆత్రతగా నుందిగదూ ?

లిండీ—నామాటకు బదులుచెప్పు. నోరా! నువ్వేమైనా తెలివితక్కువగా ప్రవర్తించలేదుగదా?

నోరా—(తిన్నగా కూర్చొని) తనభర్తప్రాణాన్ని కాపాడుకోడం తెలివితక్కువా ?

చలేకపోయావా ? ఆయన యెంత అపాయస్థితిలో నున్నది ఆయనకు తెలియకుండావుండడం ముఖ్యావశ్యకం. ఆయనప్రాణ మపాయస్థితిలో నున్నదని వైద్యులువచ్చి నాకుచెప్పారు. ఆయన ప్రాణం కాపాడేమార్గం దక్షిణదేశయాత్రచెయ్యడమే. అదంతా నాకోసమే అని నేను మొట్టమొదట విశ్వప్రయత్నం చెయ్యడంలేదనుకున్నావా ? నూతనవధూవరుల కుండవలసి నట్టుగా నాకున్నా విదేశయాత్రమీద గాఢప్రేమని యెంతో చెప్పారు. అప్పు చెయ్యవలసిందనికూడా సూచించేను. ఆమాట చెప్పగానే, క్రిస్టైనీ! ఆయనకు కోపంగూడా వచ్చింది ఆయన నా కాలోచనలేదన్నారు. నా కెవ్విధమైన పిచ్చిపిచ్చికోర్కెలు లేకుండా చూడడం భర్తఅగుటచే తన బాధ్యతన్నారు. 'సరే మంచిదే మిమ్ములనేలాగైనా రక్షించాలి' అనుకున్నాను— అందుచేతనే యీకష్టమునుండి తరించేమార్గ మొకటి ఆలోచించవలసివచ్చింది.

లిండీ—మీతండ్రి నీకు సొమ్మివ్వలేదని నీభర్త కెప్పుడైనా చెప్పలేదా ?

నతని కెరిగించవలసిన అవసరమే లేకపోయింది.

లిండీ—అప్పటినుండీ నీభర్తకు ను వ్వీరహాస్యం చెప్ప లేదు ?

నోరా—భగవదనుగ్రహించే లేదు. నువ్వదెలా గన కున్నావు ? ఏవిషయంలోగూడా పైవారిమాట విననివారికి అదిగాక ధీరోదారుడైన నానాధునకు నాలాంటి దానిమీద తనప్రాణాని కాధారపడ్డారంటే ఎంతకష్టంగాను, ఎంతచిన్నతనం గాను వుంటుంది. మా యిరువురకు నిప్పుడుగల సంబంధమంతా తారుమారైపోతుంది. నాసుందరతరమందిరము ఇప్పుడున్నంత హాయిగా మరుండదు.

లిండీ— ఎప్పటికీ చెప్పకుండా వుందామనేనా నీ వుద్దేశము ?

నోరా—(ఆలోచిస్తూ సగం చిరునవ్వుతో) చెప్తాను— ఎప్పుడో ఒకనాడు, కొన్నిసంవత్సరములు గడచినపిదప. నా నిప్పుడు కనబడుతున్నంత అందంగా కనబడకుండా వున్నప్పుడు నన్నుచూచి నవ్వేరు. అంటే నానాథుని కిప్పుడు నామీద నున్నంతప్రేమ లేనప్పుడు, నానృత్యం, నా వేషం, నాసంగీతం

కోరికుండను ?

లిండీ—నిజం. నిజం.

నోరా—ధనోపార్జన కనేకమార్గాలు కనిపెట్టేను. గడచిన శరదృతువులో నాఅదృష్టవశంచే కావలసినన్ని నకళ్ళు వ్రాయడానికి వచ్చాయి. అందుచే నేను ప్రతిసాయంకాలము గదిలో కూర్చొని చాలరాత్రివరకు వ్రాస్తూనే వుండేదాన్ని. అనేకసారులు నేను మిక్కిలి విసికిపోయాను. అయినప్పటికి కష్టపడి పనిచేసి డబ్బుగడించడమనేది చాల సంతోషమైనపని. అప్పుడు పురుషత్వము వహించినట్టే అనిపించింది.

లిండీ—ఆలాగు నువ్వెంతమట్టుకు తీర్చగలిగేవు ?

నోరా—సరిగా చెప్పలేను. ఇటువంటి వ్యవహారంలో చిర్రాఆవర్జా వుంచడం చాలకష్టం. ఒకటిమాత్రం చెప్పగలను. నేను గడించినపెన్నులతో గూడా చెల్లించేశాను. ఒక్కొక్కప్పుడు నాకేమీ తోచీదికాదు. (మందహాసముచేయును) అప్పుడొకదగ్గిర కూర్చుని ఆలోచిస్తూవుండేదాన్ని. మహాధనికుడొకడునన్ను మోహించినట్టు, అతడు—

ల్మరుదేవివైన ముద్దులనోరాకు తత్క్షణమే సగడురూపముగా చెల్లించవలెను.”

లిండీ—కాని, నోరా ! అత డెవడైయుంటాడు ?

నోరా—అయ్యో పుణ్యమా ! నువ్వపోల్చుకో లేవా? అటువంటిమనిషే లేదు. అదినేనుకూర్చుని ద్రవ్యంవచ్చేమార్గం తెలియక చేస్తూవుండే ఆలోచన. కాని యిప్పుడదంతా ఒకటే. ఆవిసికించిన వృద్ధుడు ఎక్కడికిపోతే అక్కడికేపోనీ. నాకేంఅవ సరంలేదు. ఇప్పుడతడుగాని అతనిమరణశాసనంగాని నాకక్కర లేదు. అటువంటివిచారం ఇప్పుడు మరినాకులేదు. (గెంతును) అదితలచుకుంటే యెంతోసంతోషంగానుంది. క్రిస్టినీ! విచారం లేకుండా, ఏవిధమైనవిచారంలేకుండావుండడం. పిల్లలతోకేరు తూ ఆడుకోడం, నానాథునికెలాగిష్టమైతే ఆలాగుచెయ్యడం, అదంతా ఒకసారి తలుచుకో. తత్క్షణమే నీలాకాశమున్ను వసంత కాలమున్ను ప్రత్యక్షమౌతాయి. మళ్ళీమరొకయాత్ర చెయ్య గలమేమో—నేను తిరిగీసముద్రాన్ని చూస్తానేమో! ఓహో ! జీవించి ఆనందంగానుండడం చాల అద్భుతమైనసంగతి. (సావడి. లోగంటమ్రోగును.)

నౌకరు—(సావడిద్వారంవద్ద) అమ్మా! క్షమించండి.. బాబుగారిని చూడడాని కెవరోవచ్చారు. బాబుగారిదగ్గర డాక్టరుగా వున్నారు కాబట్టి—

నోర్హా—ఎవ రతను?

క్రోగ్‌స్టాడ్—(ద్వారంవద్ద) నేనమ్మా! హెల్మరుదేవిగారు! (లిండేదేవి లేచి కంపిస్తూ కిటికీవైపు తిరుగును)

నోరా—(అతనివైపు ఒకఅడుగువేసి పట్టినట్టిగొంతుకతో) నువ్వా! ఎందుకు? నాభర్తగారివద్దకు వచ్చినపనియేమిటి?

క్రోగ్‌స్టాడ్—బాంకీపని—నాకుబాంకీలో ఒకచిన్న ఉద్యోగముంది. మీభర్తగా రిపుడు నాకు యజమానవుతారని విన్నాను.

నోరా—అవును. అయితే?—

క్రోగ్‌స్టాడ్—ఏమీలేదు. వ్యవహారంభోగట్టా, అంతే. మరేమీలేదు.

నోరా—ఆపుచలోనికివెళ్లికూర్చోండి. (అలక్ష్యముగానతనికి ప్రతినమస్కారముగావించి సావిడితలుపుమూసివేయును. తరువాతవచ్చి స్టవ్వులో నిప్పువేయును.)

లిండీ——నాకు తెలుసును.——కాని చాలకాలముక్రింద ట అతడు మాపట్నంలో కొన్నాళ్ళు న్యాయాధికారివద్ద గుమస్తాగా నుండేవాడు.

నోరా——అవును. ఉండేవాడు.

లిండీ——ఇప్పుడు చాలమారిపోయాడు.

నోరా——అత డొక దుఃఖకరమైన వివాహము చేసుకున్నాడు.

లిండీ——అతనిభార్య యిప్పుడు చనిపోయిందికాదూ ?

నోరా——అవును. అతనికి అనేకమంది పిల్లలుగూడాను. అదిగో యిప్పుడు మంచుతున్నాది. (స్టవ్వతలుపుమూసివేసి ఉయ్యాలకుర్చీవైపు జరుగును.)

లిండీ——అత డనేకవిధములై సవ్యవహారాలు నడిపిస్తున్నాడని విన్నాను.

నోరా——చేస్తాడేమో ! నా కాసంగతేమీ తెలియదు. కాని యిప్పు డావ్యవహారంమాట తలపెట్టకు. చాలచికాకుగా నుంటుంది.

నోరా——లేదు. ఎంతమాత్రంలేదు. (పరిచయంగలి
గిస్తూ) డాక్టరుగారు! ఈమె లిండీదేవి.

రాంక్——ఆవిడపేరనుకోగా నిక్కడనేకసార్లు విన్నాను.
లిండీదేవి! నేను వచ్చేటప్పుడు మిమ్ములను మెట్లదగ్గర తప్పించు
కున్నానుకానూ ?

లిండీ——అవును. నేను మెల్లగా ఎక్కుతాను. మెట్లు
గబగబ ఎక్కలేను.

రాంక్——ఆహా ! ఏదో ఆంతరంగికదౌర్బల్యం ?

లిండీ——ఏమీలేదూ జరిగినసంగ తేమిటంటే నేను విశే
షంగా పనిచేస్తున్నాను.

రాంక్——అంతకంటే మరేంలేదా ? అయితే యెక్కడికి
మీరు విశ్రాంతితీసికొని ఆనుదించడానికి వచ్చారనుకుంటాను.

లిండీ——నే నిక్కడ పనికోసం ప్రయత్నించడానికే
వచ్చాను.

రాంక్——విశేషంగా పనిచేసి అలసివంమకది మందా ?

లిండీ——బ్రతకాలిగదండీ డాక్టరుగారు.

3

కష్టసుఖాలను పొడిగించాలనేవుంది. నాదగ్గర మంచుపుచ్చుకుం
టున్న వారందరూ ఆలాగే. నీతి, పాపభీతి, అన్న మాట లేనివాళ్ళు
కూడాఆలాగే. అటువంటిదొకటి ఉదాహరణ ప్రస్తుతం హెల్మరు
వద్దనున్నాది.——

లిండీ——(విచారముతో) ఆ హాఁ !

నోరా——ఎవరినుద్దేశించి అంటున్నారు ?

రాంక్——క్రోగ్ స్టాడ్ అనేవకీలు మీకందరకూ తెలిసి
నవాడే. అతనికి నీతి పాపభీతి అన్నమాటపూజ్యం. కాని అతడు
గూడ తాను జీవించడము చాలముఖ్యమైనదిగా చెప్తాడు.

నోరా——ఆలాగుచెప్పాడా ? మావారితో దేన్నిగూర్చి
మాట్లాడడానికివచ్చాడు?

రాంక్——నాకేమీ తెలియదు. ఏదో బాంకీసంబంధ
మైనదనిమాత్రంవిన్నాను.

నోరా——నాకీసంగతి తెలియలేదు——అతనిపే రేంపేరు——
బాంకీలోనతని కేంపని ?

స్వభావులనుమాత్రం ఓమగాలిలో వదిలీడం.

లిండీ—ఇప్పటికిగూడా జబ్బువారినిగూర్చే మనం జాగ్రత్తపుచ్చుకోవాలి.

రాంక్—(కరములుముకుళించి) అవును. మీరుచెప్పింది నిజం. ఆవుద్దేశమే సంఘాన్నంతా ఒకపెద్దరోగులసాలగా మారుస్తున్నాది.

[తనయాలోచనలో నిమగ్నమై నోరా యొక్కసారి నిరుద్ధమైన నవ్వునవ్వి చేతులు చరచును.]

రాంక్—దానికెందుకు నవ్వుతావు? నిజంగా సంఘం యెలాంటిదో నీకేమైనా ఆలోచనుందా ?

నోరా—ఈనిష్ప్రయోజనకరమైన సంఘాన్ని గురించి నేనెందుకు తలమొత్తుకోవాలి ? దీనికంటె భిన్నమై అతివినోదమైనదాన్నిగూర్చి నేను నవ్వుతున్నాను. డాక్టరుగారు నాకు చెప్పండి. బాంకిలోని ఉద్యోగస్థులందరు టోర్వాల్డుమీదనే ఆధారపడి యున్నారా ?

రాంక్—అదా ! నీకంతవినోదంగా కనబడుతున్నాది ?

రాంక్——ఏంబిస్కత్తులు? ఇక్కడ కవి తేకూడదని నేను విన్నాను.

నోరా——అవును. కాని యివి నాకు క్రిస్టినీ యిచ్చింది.

లిండీదేవి——ఏమిటి! నేనా?

నోరా——వద్దు. ఏంభయపడవద్దు. మావారు వాటి నిక్కడకు తేవద్దన్నమాట నీకెలాగు తెలుస్తుంది. మరేంలేదు. వారి భయమేమిటంటే అవి నాపండ్లలందాన్ని పోగొడతాయని. కాని-హవ్వ-ఒకలాగదీ నిజమే. డాక్టరుగారూ! కాదూ? నామాటవిని(ఒకబిస్కత్తు ఆమెనోట్లోపెట్టి) క్రిస్టినీ! నువ్వీఒక్కటీతిను. నేనొకటో తప్పితే రెండో తింటాను. నా క్రీప్రపంచంలో ముఖ్యంగా ప్రియమైన దొక్కటుంది.

రాంక్——ఏమిటది?

నోరా——నామాటగాని నాభర్తమన్నిస్తే- లోకంలో నత్యధికప్రియమైనది——

రాంక్——సరే, ఎందుకది చెప్పవు?

నీ మాటమన్నిస్తే నువ్వెంతప్రీతితో చెప్పవలసిందేమిటి?

నోరా—నాకిప్పుడు చెప్పడానికిష్టమే - నేను పాడైపోతాను.

రాంక్—నీకేం పిచ్చెత్తిందా?

లిండీ—ప్రియా! నోరా!

రాంక్—అదిగో వస్తున్నాడు. ఏమిటో చెప్పు.

నోరా—(పొట్లాం దాచేస్తు) ఊరుకో! ఊరుకో!

(హెల్మరు ఒక చేతికి కోటుతొడుక్కొని, రెండో చేతితో హాట్ పట్టుకొని తనగదినుండి పైకివచ్చును.)

నోరా—నాధా! మెల్లిగా వదల్చుకున్నారా?

హెల్మరు—ఆఁ. ఇప్పుడే వెళ్ళిపోయాడు.

నోరా—ఈమె క్రిస్టైనీ. ఈవేళే పట్నంలోనికి వచ్చింది.

హెల్మరు—క్రిస్టైనీవా? క్షమించు. ఆమె యెవరో నాకు—

నోరా—లిండీదేవి. క్రిస్టైనీలిండీ.

హెల్మరు—ఆహాఁ! నాభార్య సహపాఠిఅనుకుంటాను.

నోరా—క్రిస్టైనీకి బుక్ కీపింగు చాలాబాగావచ్చును. ఆమెకు పరిపూర్తిగా వచ్చిందాకా, ఎవరైనా తెలివైనవారి వద్ద పనిచెయ్యాలని చాలా ఆత్రుతగానున్నది.

హెల్మరు—లిండీదేవి చాల తెలివైనపనిచేసింది.

నోరా—మీకు బాంకీమేనేజరుపనైందని తెలియగానే ఆసంగతి తంతిమూలంగా తెలియజెయ్యడమైంది. ఆమె అతి త్వరగా ఇక్కడకు పరుగెత్తుకు వచ్చింది. నన్ను చూచి మీరామెకేదైనా సాయంచేస్తారనుకుంటాను. ఏం ?

హెల్మరు—సరే. అది అంత దుస్సాధ్యంకాదు. మీరు వితంతువు లనుకుంటాను. కాదా లిండీదేవిగారు ?

లిండీ—అవును.

హెల్మరు—మీకు బుక్ కీపింగులో కొంత అనుభవం కూడావుంది?

లిండీ—అవును. ఒకమాదిరిగా.

హెల్మరు—ఆహా! సరే. అయితే మీ కేదైనా సదుపాయం చెయ్యగల ననుకుంటాను.

హెల్మరు—అదేమి అవసరము లేదు. (తనకోటు తొడుగుకొనును) కాని, ఇవాళకు క్షమించాలి—

రాంక్—ఒకనిమిష మాగు. నేనుకూడా వస్తాను. (రోమ సంబంధమైన తనకోటును తెచ్చి నిప్పుదగ్గర వెచ్చచేయును.)

నోరా—నాథా! వెళ్ళి అక్కడేవుండిపోకండి.

హెల్మరు—ఆలస్యంచెయ్యను. ఒకగంటలో వెళ్ళిపోవస్తాను.

నోరా—క్రిస్టినీ! నువ్వుకూడా వెళ్ళిపోతున్నావా?

లిండీ—(తనవస్తులు ధరించి) అవును. నేనుపోయి గది చూచుకోవాలి.

హెల్మరు—ఆహా! మనమందరము కలిసి వీధికొసదాక వెళ్ళవచ్చును.

నోరా—(ఆమెకు సాయంచేస్తూ) అయ్యో! మనం కలిసి ఒకగడియైనా కూర్చోవడమైందికాదు. మరి వీలేదేమో అని నేనుభయపడుతున్నాను.

బాగా కప్పుకొండి.

[వారందరు మాట్లాడుతూ తలుపువద్దకు పోవుదురు
పిల్లల కేకలు మెట్లమీద వినబడును.]

నోరా—అదుగో. అదుగో. (ఆమె ద్వారమువద్దకు పరుగెత్తును పిల్లలను తోడ్చుకొని దాది లోనికి ప్రవేశించును.) రండి. రండి. (ఆమె వారిని వంగి ముద్దుపెట్టుకొనును.) నాయనలార! క్రిస్టినీ! వారిని చూశావా? బాగున్నారా?

రాంక్—మమ్మల నీగడపలో నిలబెట్టకు.

హెల్మరు—లిండీదేవిగారు రండి. ఈదృశ్యము తల్లులకు మాత్రమే భరింపశక్యము.

[రాంక్, హెల్మరు, లిండీదేవి మెట్లు దిగుదురు. దాది
బిడ్డలను తీసుకుని ముందుకువచ్చును. నోరా
సావడితలుపు మూసివేయును.]

నోరా—మీ రెంత అందంగాను నూతనంగాను కనిపిస్తున్నారు! ఆ యెర్రని చెక్కులు—గులాబీలవలె (ఆమె మాట్లాడుతూవుండగా పిల్లలందరూ నొక్కసారిగా మాట్లాడుదురు.) మీరు హాయిగా ఆడుకున్నారుగదూ! చబాష్! ఏమిటి?

ఏమిటి ? మంచుకు మీరు బంతులుగా కట్టేరా ? అయ్యో !
నేనక్కడ లేకపోయాను. ఉంకుండు. ఏపీ' వాళ్ళవస్తువులు నేను
తిస్తాను. నాకు చాలసరదా. నువ్వు లోపలికివెళ్ళు. మంచుచే
కొంయ్యబారినట్టున్నావు. నీకోసం స్టవ్వుమీద వేడికాఫీవుంచాను.

[దాది యెడమవైపునున్న గదిలోనికి వెళ్లును. పిల్లలం
దరు తనతో నొక్కసారిగా మాట్లాడు తున్నప్పుడు
నోరా వారివస్తువులన్నిటీ తీసి విరజల్లును.]

నోరా—నిజమే ? నీవెనక పెద్దకుక్క పరిగెత్తింది ?
కాని అది నిన్ను కరవలేదూ ? కుక్కలు మంచిపిల్లలను కర
వవు. నువ్వు కట్టలతట్టు చూడకూడదు. ఇవార్, అవేమిటి ?
అవేమిటో నీకు తెల్సుకోవాలని లేదుగదూ ? ఉండను. అది
చాల అసహ్యమైంది- రా- మనం ఆడుకుందాం. మన మేమి
టాడుకున్దాం ? దాగుడుమూతలా ? అలాగే మనం దాగుడు
మూతలాడుకుందాం. బాబు మొదట దాగుంటాడు- నేను
దాగునేదా ? సరే. నేనే మొదట దాగుంటాను. (ఆమెయు
పిల్లలూ సంతోషంతో, నవ్వుతూ అరుస్తూ గదిలోపలా బయ

గా నవ్వులు. ఆమె ముందుకు ప్రాకి వారిని భయపెట్టినట్టు నటించును. తిరిగీ నవ్వుదురు. ఇంతలో సావిడితలుపు కొట్టుటవినబడును. కాని యెవరును వినిపించుకోకుందురు. తలుపు సగము తెరవబడియుండును. క్రోగ్‌స్టాడ్ కనబడును. అతడు కొంచెము సేపు నిలబడును. ఆట జరుగుతునే వుండును.)

క్రోగ్‌స్టాడ్—హెల్మరుదేవిగారు క్షమించండి.

నోరా—(నిరుద్ధస్వరముతో వెనుకకుతిరిగి మోకాళ్ల మీద నిలబడి) ఆఁ. నీకేమిటి కావాలి ?

క్రోగ్—క్షమించండి. వీధితలుపు కొంచెంతీసుంది. ఎవరో తలుపువెయ్యడం మరచిపోయారు.

నోరా—(లేచి) నాభర్తగారు వీధిలోనికి వెళ్ళారు. క్రోగ్‌స్టాడ్.

క్రోగ్—అవును. నాకది తెలుసును.

నోరా—అయితే యిక్కడ నీకేం గావాలి ?

క్రోగ్—మీతో ఒకమాట చెప్పాలి.

నోరా—నాతోనా ? (నెమ్మదిగా పిల్లలతో) మీరు దాదిదగ్గరకు వెళ్ళండి. ఏమిటి ? భయంలేదు. ఆకొత్తమనిషి

నోరా—ఈవేళా? ఇంకా నెలారంభం కాలేదు.

క్రోగ్—లేను. ఇంకా రేపు క్రిష్టమస్. మీరు క్రిష్టమస్సేలాగు గడపాలో మీమీద ఆధారపడి వుంటుంది.

నోరా—నీకేమిటికావాలి? ఇవాళ యెంతమాత్రం నాకు సాధ్యంకాదు.

క్రోగ్—దానినిగురించి యిప్పుడు నేను మాట్లాడడం లేదు. ఇది వేరేదానినిగురించి. మీకొకగడియ తీరుబాటుందా?

నోరా—ఆఁ—ఆలాగే. నాకు అయినప్పటికీ—

క్రోగ్—సరే. ఆల్సేన్సుసత్రములోనుండి, మీభర్త గారు వెళుతూవుండడము నేను చూశాను.

నోరా—ఆఁ.

క్రోగ్—ఒకస్త్రీతోగూడా.

నోరా—అయితే.

క్రోగ్—ఆమె లిండేదేవి ఔనోకాదో నేనడగవచ్చా?

నోరా—అవును లిండేదేవే.

క్రోగ్—ఇప్పుడే ఊరునుండి వచ్చినదా?

నోరా—ఆసంగతి నాకు తెలుసును.

క్రోగ్—మీకూ తెలుసునా? కాబట్టి ఆసంగతంతా మీకు తెలుసును. నేనూ ఆలాగే అనుకున్నాను. అయితే నేను శాఖాచంక్రమరణం చెయ్యకుండా ఒక్కమాట అడుగుతునా? లిండీదేవికి బాంకీలో ఉద్యోగం అవుతుందట?

నోరా—ఆసంగతి నన్నడగడానికి నీ కేమధికారముంది క్రోగ్స్టాడ్? నాభర్త క్రిందివుద్యోగస్థులలో నొకడవయ్యుండి—కాని నువ్వడిగావు కాబట్టి చెప్పుతున్నాను. లిండీదేవిగారికి బాంకీలో ఉద్యోగం అవుతుంది. ఆమెనుగూర్చి నేనే పట్టుబట్టి చెప్పాను. క్రోగ్స్టాడ్! ఈసంగతికూడా తెలుసుకో.

క్రోగ్—నే ననుకున్నదంతా సరిగానే వుంది.

నోరా—(రంగమందిటునటు నడుస్తూ) ఎవరిమాటైనా ఒకొక్కప్పుడుచెల్లుతూవుంటుంది. "ఇదాడదిగదా? దీన్ని కేంపలుకుబడి" అని—క్రోగ్స్టాడ్ ఒకరిక్రింద పనిచేస్తున్నప్పుడు ఎవరైనాసరే, అధి—అధి—

క్రోగ్స్టాడ్—అధికారంవున్న వారికా?

గురించి మీపలుకుబడి ఉపయోగించరాదా?

నోరా—ఏమిటి? నీవుద్దేశమేమిటి?

క్రోగ్—దయయుంచి బాంకీలో నాపని నాకున్నట్లు చూడండి.

నోరా—నువ్వన్నమాటేమిటి? నీపని తీసియ్యాలని యిప్పుడెవరు తలుస్తున్నారు?

క్రోగ్—ఇంకా మీరు తెలియనట్టు నటిస్తే లాభంలేదు. నాతో పోటీతగలడానికి మీస్నేహితురాలికట్టే ఆత్రుతలేని సంగతి నాకు తెలుసును. ఈపనిలోనుండి నన్ను తీసేడానికి కారణం మెవరో కూడా నాకు తెలుసును.

నోరా—కాని నేను నిశ్చయంగా చెప్పగలను—

క్రోగ్‌స్టా—కావచ్చును. కాని ప్రస్తుతాంశంవినండి. నన్ను తీసికుండా మీపలుకుబడి వినియోగించేకాలం వచ్చింది.

నోరా—కాని క్రోగ్‌స్టాడ్! నాకేమి పలుకుబడిలేదు.

క్రోగ్—మీకు పలుకుబడి లేదా? పలుకుబడివున్నాదని యిప్పుడే మీరు చెప్పినట్టు జ్ఞాపకం.

మునుండి పుట్టిపడ్డాడని నే ననుకోను.

నోరా—నువ్వు నాభర్తను తూలనాడేవంటే నిన్నిం ట్లోనుండి గెంటించేస్తాను.

క్రోగ్—మీరు చాలధైర్యవతులమ్మా!

నోరా—నీకు నేనేమి జడవను. కొత్తసంవత్సరంరాగా నే నీసొమ్మయావత్తు పెన్సులతోటి పాఁ‌రేసి నీవ్యవహారం తెగ తెంపు చేసుకుంటాను.

క్రోగ్—(ఓర్చుకుంటూ) దేవీ! నామాట వినండి. అవసరమైతే బ్యాంకీలోని యీ చిన్నవుద్యోగానికి నాప్రాణం పోయిందాక పోరాడుతాను.

నోరా—అలాగే కనిపిస్తుంది.

క్రోగ్—ఇదంతా యిప్పుడు సొమ్ముకోసం కాదు. అదంత ముఖ్యమైనది కాదు. ఈవ్యవహారంలో మరొకకారణ ముంది. సరే చెప్తాను వినండి. ఒకానొక కాలంలో అందరిలాగా నేను తెలివితక్కువపని చేశాను. మీకుకూడా తెలుసును.

నోరా—అవును దానిగూర్చి నేనేదోవిన్నట్టు జ్ఞాపకం.

దాని అంతటినుండి పైకెత్తుకొనకపోవాలి. నా కుమాళ్లు యిద్దరు పెరుగున్నారు. వారికొరకైనా నా యీ ఆపత్సమయంలో నాప్రతిష్ఠ నిలుపుకోవాలి. ఈబాంకిలోపని నాపునఃప్రతిష్ఠకు ప్రథమసోపానంలాగుంది కాని యిప్పుడు మీభర్తగారు నన్ను తన్ని మెట్లనుంచి తిరిగీ బురదలోనికి తోసియ్యాలని చూస్తున్నారు.

నోరా—కాని నామాటనమ్ము క్రోగ్స్టాడ్. నీకు సహాయం చెయ్యడానికి నాకు శక్తియెంతమాత్రం లేదు.

క్రోగ్—అయితే నాకు సహాయ్యం చెయ్యడానికి మీకిష్టం లేదన్నమాట; కాని మిమ్ము చేసేటట్టు చెయ్యడానికి నాకు మార్గముంది.

నోరా—నీకు నేను బాకీవున్నసంగతి నాభర్తతో చెప్పుదామని నీ వుద్దేశమా?

క్రోగ్—హుఁ! ఒకవేళ చెప్తే?

నోరా—ఆలాగుచెయ్యడం మిక్కిలి నీచం (నిట్టూర్చుస్తూ) నాకానందకందమయ్యుండే యీరహస్యం అతనికి తెలియడం—ఇంత అపసవ్యంగా—అసహ్యకరంగా—అసందర్భ

భర్త వెంటనే తెలుసుకొని వెంటనే నిన్ను పనిలోనుండి తొల గించెస్తారు.

క్రోగ్—నేనడిగింది "ఒక్క యింటివద్దనే దుర్భరంగా వుంటుందని జడుస్తున్నారా ? అని.

నోరా—నాభర్త కీసంగతిగాని తెలిసిందంటే ఇంకా నీకెంత బాకీవున్నానో వెంటనే పారేస్తారు. అంతలో నీపీడ మాకు వదులుతుంది.

క్రోగ్—(ఒక అడుగు దగ్గరకువచ్చి) దేవీ! నామాట వినండి- మీకు జ్ఞాపకమైనా లేకపోయుండాలి. లేదా మీకు వ్యవహారజ్ఞానమైనా లేకపోయుండాలి. కొన్నిముఖ్యాంశములు జ్ఞాపకం చేస్తాను.

నోరా—ఏమిటవి ?

క్రోగ్—మీభర్తగారు జబ్బుగా నున్నప్పుడు మీరు నావద్దకువచ్చి రెండువందలయాభై పౌనులు అప్పుతీసుకున్నారు.

నోరా—నేను మరెవ్వరిని యెఱుగకపోవడంచేత.

గూర్చి తలచుకొనుటచేతను, మీ ప్రయాణమునకై యెలాగైనా సొమ్ముకొరకై తొందరపడుతూ వుండుటచేతను, ఆషరతులకు మీరంత లెక్కించినట్లు కనబడదు. కాబట్టి యిప్పుడవన్నీ స్మరణకు తేవడం బాగుండదు. అప్పుడు నేను మీరు వ్రాసిన పత్రానికి యెవరైనా పూచీపడితే సొమ్మిస్తానన్నాను.

నోరా—అవును. దానిమీద నేను సంతకంగూడా చేశాను.

క్రోగ్—సరే. బాగానేవుంది. మీసంతకంక్రింద సొమ్ముకు పూచీదారుడైన మీతండ్రిగారి చేవ్రాలునకై కొంతజాగా వుండెను అక్కడ మీతండ్రిగారు సంతకం చేసియుండాలి.

నోరా—చేసియుండాలి ? అతడే చేశాడు.

క్రోగ్—నేను తేదీ వెయ్యవలసినస్థలము కాళీగానే వుంచేశాను. అంటే మీనాన్నగారు సంతకంచేసి తేదీ వెయ్యడానికి. మీకు జ్ఞాపకంవుందా ?

నోరా—అవును. కొంచెం జ్ఞాపకంవుంది.

నాదగ్గరకు తీసుకొచ్చారు. అప్పుడు నేను మీకు సొమ్మిచ్చాను.

నోరా——అయితే నేను మరి నీకు సొమ్ము సరిగా చెల్లిస్తూవుండలేదా?

క్రోగ్——అవును. చెల్లిస్తూవుండేవారు. కాని——ప్రస్తుతాంశానికి రానీయండి. అది మీకు చాలా కష్టకాలంకాదా?

నోరా——అవును. నిజమే.

క్రోగ్——మీనాన్నగారికి మిక్కిలి జబ్బుగానుండేది. కాదా?

నోరా——అతని చరమదశ సమీపించింది.

క్రోగ్——కొద్దిరోజులలో మరణించారు. ఏం?

నోరా——అవును.

క్రోగ్——దేవీ! చెప్పండి. మీ కతడు మరణించినవార మేమైనా జ్ఞాపకముందా? అంశే యే నెల యేతేది?

నోరా——అప్పగారు సెప్టెంబరు ౨౯ వ తేదిని గతించినారు.

అతడు మరణించిన మూడుదినముల తరువాత అతని చేవ్రాలు చేయబడివుంది.

నోరా—నువ్వన్నమాట ఏమిటి? నాకు బోధపడలేదు.

క్రోగ్—మీనాయనగారు సెప్టెంబరు ౨౯ వ తేదీని మరణించినారు. కాని యిక్కడ చూడండి. మీతండ్రిగారు అక్టోబరు ౨ వ తేదీని చేవ్రాలుచేసినట్లు తారీఖున్నది. అది పొరపాటుకాదా? (నోరా నిరుత్తరయై యుండును.) మీరు దీనికి సమాధానం చెప్పగలరా? (నోరా యింకను పలుక కుండును.) ఇంకొకసంగతికూడాను. అక్టోబరు ౨ వ తేదీయు సంవత్సరమున్నూ మీనాన్నగారి దస్తూరీకాదు. నాకు తెలిసిన మరొకవ్యక్తిదస్తూరి. సరే. దాని కేలాగో సమాధానం చెప్పుకోవచ్చును. మీనాన్నగారు తేదీ వెయ్యడం మరచిపోయుండవచ్చును. ఎవరో తొందరలో అతడు మరణించినట్లు తెలియకపూర్వము తారీఖువేసి వుండవచ్చును. అందులో ఏమంత ప్రమాదంలేదు. అంతా ఆసంతకంమీదనే ఆధారపడి వుంది. ఆసంతకం యధార్థమైందే అనుకుంటాను. ఏం? ఇక్కడ సంతకంచేసింది మీనాన్నగారేకదూ?

మీకు తెలుసునా?

నోరా—నీసొమ్ము త్వరలో నీకిచ్చేస్తాను.

క్రోగ్—ఈప్రశ్నకు జబాబు చెప్పండి. ఆపత్రం యెందుకు మీనాన్నగారికి పంపించలేము?

నోరా—అది అసంభవము. అతడు చాలాజబ్బులో నున్నాడు. అతని సంతకం చెయ్యమంటే ఆసొమ్ము ఎందుకో అతనికి బోధపర్చవలసి వుంటుంది. అతడంత జబ్బుగానున్నప్పుడు నాభర్తప్రాణం గూడా అపాయస్థితిలో నుందని చెప్పలేక పోయాను. చెప్పడానికి వీల్లేక పోయింది.

క్రోగ్—అలాగైతే యీయాత్ర మానేసుకుంటే బాగావుండేది.

నోరా—లేదు. మానీడానికి వీలులేదు. నాభర్తప్రాణాన్ని కాపాడడానికి అది ముఖ్యావశ్యం. అందుచేతనే నేను మానలేక పోయాను.

క్రోగ్—కాని దగాచేస్తున్నారని మీమనస్సు కెప్పుడైనా తోచలేదా?

[క్రోగ్—దప! మీ రుకు నంచిఒ‌ం‌ి‌ మీ రు నంగా
తెలియలేదు. కాని నేను దృఢంగా చెప్పగలను. నా‌ప్రతిష్ఠ
పోగొట్టుకొనుటకు పూర్వం నేను చేసిన దుస్తంత్రం, మీరు
చేసినదానికంటే మాత్రం అధమంకాదు.

నోరా—నువ్వ చేసినదా ? నువ్వపడిన కష్టాలన్ని
నీభార్యను రక్షించుట కోసమేనా ?

క్రోగ్—న్యాయశాస్త్రము మనవుద్దేశముల నేమాత్ర
ము సరకు చెయ్యదు.

నోర్ఛా—అలాగైతే అది పనికిమాలిన న్యాయశాస్త్రం.

క్రోగ్—పనికిమాలినదో మంచిదో కాని యీప‌త్రము
నుగాని నేను దాఖలు చేస్తే మిమ్మ నా న్యాయశాస్త్రప్రకార
మే విచారిస్తారు.

నోరా—నేను దానిని నమ్మను. మరణాసన్నుడైన
తండ్రి యాందోళనమును మాన్పుటకు కుమార్తెకు హక్కు
లేదా ? తనభర్త ప్రాణమును రక్షించుటకు భార్యకు హక్కు
లేదా ? న్యాయశాస్త్రమును గురించి నాకంతగా తెలియదు.
కాని న్యాయశాస్త్రములు వానిని కొంచె మాలోచించాలి.

రా? సరే! కానియ్యండి. మీయిష్టం వచ్చినట్టే చెయ్యండి. కాని యిది మాత్రం తెలుసుకోండి—ఈసారిగాని నాపని పో యుందంటే, నాపనితో గూడా మీపనిపోతుంది. (నమస్కరించి పావడిగుండా పోవును.)

నోరా—(ఒకగడియ ఆలోచనలో నిమగ్నమై పిదప తలపంకించును.) "చా! చా! అలాగు వన్ను భయపెట్టడానికి చూశాడు. అతడు తలచినంత తెలివితక్కువదాన్ని నేను కాను. (పిల్లల వస్తువులు సర్దుటకు ప్రారంభించును) అయినప్పటికీ—? లేదది వట్టిమాట. నేను ప్రేమచేత చేశాను.

పిల్లలు—(ఎడమవైపునున్న ద్వారంలో) అమ్మా! ఆక్రొత్తమనిషి వెళ్ళిపోయాడు.

నోరా—అవును. నాయనలారా! నాకు తెలుసును. కాని ఆవచ్చిన మనిషి గురించి యెవరితోను చెప్పకండి. విన్నా రా! అప్పగారితో గూడ చెప్పకండి.

పిల్లలు—లేదమ్మా! చెప్పం. కాని మాతో వచ్చి ఆడవా?

మెల్లమెల్లగా గదిలోనికిపోయి తలుపు మూసివేయును. అంతట సోఫామీద కూర్చుని గుడ్డతీసి కొంచెము కుట్టి మరలనాపును.) కాదు. (చేతిలోనున్నబట్ట క్రింద పారవైచి, లేచి సావడిద్వారమువద్దకు వెళ్లి సొరుగుతీసి మరలనాగును.) కాదు. కాదు. అది అసంభవము.

దాసి—(చెట్టును పట్టుకొనివచ్చి) అమ్మా! దీన్ని ఎక్కడపెట్టమన్నారు?

నోరా—ఇదిగో. ఇక్కడ ఈమధ్యను.

దాసి—అమ్మా! మరేమైనా తెచ్చేదా?

నోరా—అక్కరలేదు. అక్కరలేదు. అన్నీవున్నాయి.

(దాసి నిష్క్రమించును.)

నోరా—(వృక్షము నలంకరింప ప్రారంభించును.) ఇక్కడొక కొవ్వొత్తి—ఇక్కడ పువ్వులు—ఆ చండాలం మనిషి! అదంతా వృత్తి తెలివితక్కువ—అందులో మరేం తప్పలేదు. చెట్టు చాల అందంగానుంది. నేను చెయ్యగలసిందంతా చేస్తాను. నా ప్రాణేశ్వరుడు చాలసంతోషిస్తాడు—మీకోసం నేను పాడతాను, నృత్యంచేస్తాను—

హెల్మరు—చాల తమాషాగానుంది. క్రోగ్‌స్టాడ్ ఇం ట్లోంచి వెళ్లడం చూశాను.

నోరా—మీరు చూశారా ? అవునవును. నేను మరచి పోయాను. అత డిక్కడొక్క క్షణముండి వెళ్లాడు.

హెల్మరు—నోరా ! నీమొగంచూస్తే అత డేదో శిఫా ర్సు చెయ్యమని నిన్ను బ్రతిమాలినట్టు నాకు కనబడుతున్నాది.

నోరా—అవును.

హెల్మరు—నిమ్మట్టుకు నువ్వే చెయ్యాలనే, వుద్దేశంతో కనబడుతున్నావు. అతడు వచ్చినసంగతి నాదగ్గర నువ్వు మభ్య పరచావు. అది నిన్నతడు కోరలేదా ?

నోరా—కోరాడు. కాని నాధా—

హెల్మరు—నోరా ! నోరా ! అటువంటివానికి నువ్వు కార్యభారం పూనుకుంటున్నావు ? అలాంటివాడితో మాట్లాడ డము, వాని కలాంటి వాగ్దత్తము చెయ్యడము, ఈబేరానికి మిథ్య నసత్యమాడడము.

నోరా—అసత్యమా—?

కాదూ ? అవునిప్పుడు బాగుంది. (ఆమెను విడిచి పెట్టును.) దానిని గురించి మరి ప్రసంగించవద్దు. (స్టవ్వు ప్రక్కను కూర్చొనును.) ఇక్కడెంత వెచ్చగాను హాయిగాను వుందో ! (కాగితములు చూచుచుండును.)

నోరా—(క్రిస్టమస్ వృక్షము నలంకరిస్తూ కొంతసేపూరుకొని) నాథా !

హెల్మరు—ఏమి ?

నోరా—ఎల్లుండి స్టెన్బర్గువద్ద జరిగే నర్తన ప్రదర్శనమునకై నేనెదురు చూస్తున్నాను.

హెల్మరు—ఆనాడు నువ్వు మమ్మునేలాగు ఆనందాద్భుతరసాల్లో ముంచేస్తావో అని ఉత్కంఠతో నెదురు చూస్తున్నాము.

నోరా—నేనేం చెయ్యడానికి ప్రయత్నించినా తెలివితక్కువే.

హెల్మరు—నువ్వన్నది నాకేమి బోధపడలేదు.

నోరా—(అతని కుర్చీ వెనక నిలబడి దాని వీపుమీద తన చేతులు పెట్టి) నాథా! మీకు తీరిక లేదా?

హెల్మరు—ఆఁ, ఆఁ—

నోరా—ఆ కాగితము లన్నీ యేమిటి?

హెల్మరు—బ్యాంకీవ్యవహారము.

నోరా—అప్పుడే?

హెల్మరు— కచేరిలోను, ఉద్యోగస్థులలోను తగిన మార్పులు చేసి కావలసిన యేర్పాటులు చెయ్యవలసినదని మేనేజరుగారి వద్దనుండి హుకుము వచ్చింది ఈ క్రిష్టమస్సువారం రోజులూ దాని క్రింద వుపయోగిస్తే కొత్తసంవత్సరాది వచ్చేసరికి అంతా సిద్ధమవుతుంది.

నోరా—అందుకనే పాపం క్రోగ్‌స్టాడ్—

హెల్మరు—హుః

నోరా—(అతని కుర్చీపై వెనుకనుండి చేరబడి చేతితో నతని తల దువ్వును.) మీకేమైనా తీరికవుంటే మిమ్మల్ని నే నొక గొప్ప బహుమానం అడుగుదా మనుకుంటున్నాను.

చెయ్యరూ ?

హెల్మరు—ఆహా! కడపట నాతలతిక్క చిన్నది మె వరిసహాయానికో యెదురుచూడవలసివచ్చింది.

నోరా—అవును. ప్రాణప్రియా! మీసహాయం లేకుండా నే నొక్కక్షణమైనా వేగ లేను.

హెల్మరు—సరే. దానినిగురించి ఆలోచిస్తాను. ఏదైనా తగినది వేదాము.

నోరా—నామీద మీకెంతదయ! (క్రిష్టమస్ వృక్షము వైపుపోయి ఒక్కక్షణ మూరుకొనును.) ఈయెర్రపువ్వు లెంత అందముగా నున్నాయో!—కాని చెప్పండి. ఈక్రోగ్‌స్టాడ్ చేసినది అంత ఘోరమైన అపరాధమా ?

హెల్మరు—అతను కూట సంతకంచేశాడు. అదంటే నీకేమైనా తెలుసునా ?

నోరా—అతడలాగు చెయ్యకపోతే వీలులేకపోయుండకూడదా ?

హెల్మరు—వాడు తనతప్పునేదో ఒప్పుకుని శిక్షభరిస్తే వానినడవడి చక్కచేదామని చాలమంది అనుకున్నారు.

నోరా—శిక్షా—?

హెల్మరు—క్రోగ్‌స్టాడ్ అటువంటి దేమీ చెయ్యడం లేదు. ఏదోతంత్రంచేసి దానినుండి తప్పించుకున్నాడు. అందుచే తనే వాడలాగు చెడిపోతున్నాడు.

నోరా—కాని మీరది—?

హెల్మ—ఒక్కసారి ఆలోచించు. అటువంటి ద్రోహి ఎల్లాఅబద్ధమాడి, ఎలామోసంచేసి, తన ఆత్మీయులవద్ద ఎట్టికపటవేషం ధరించాడో—తనభార్యాపుత్రులవద్దకూడాను. ఇటువంటివానిపిల్లలో—ఇప్పుడదే కష్టసాధ్యమైన చిక్కువచ్చింది నోరా!

నోరా—ఎలాగు ?

హెల్మ—ఎందుచేతనంటే, ఆ అసత్యవాయువుండే ఇంటినంతటినీ విషపూరితంగా చేస్తుంది. పిల్లలు పీల్చినగాలి యావత్తు నామర్మజాలనే లోనికి గొనిపోతుంది.

దొంగతల్లులమూలాన్నే యిటువంటి దుర్మార్గవర్తనలోనికి మొదట దిగారు.

నోరా—మీరెందుకు—ఒక్కతల్లులనే చెప్తారు ?

హెల్మ—అప్పుడప్పుడూ దుష్ప్రవర్తన గలిగిన తండ్రి మూలాన్నిగూడా పిల్లలు చెడిపోతూవున్నా, సాధారణంగా నిది తల్లుల ప్రభావమే. ఈసంగతి ప్రతీవకీలుకు తెలుసును. క్రోగ్స్టాడ్ తనపిల్లలకు సంతతము అసత్యములను కుతంత్రములను మప్పి చెడగొడుతున్నాడు. అందుకనే వానికేమి శీలము లేదని నేను చెప్పుతున్నాను. (ఆమెవైపు చెయ్యిచాచి) అందుకనే నాముద్దులనోరా వానిగూర్చి యేమిచెప్పనని వాగ్దత్తము చెయ్యాలి. అలాగని నువ్వు ప్రమాణంచెయ్యాలి. రా. రా. ఏమిటిది? ఏదీ నీచెయ్యియ్యి, అదిగో అంతా తేలిపోయింది. అటువంటివాళ్ల మధ్య నున్నప్పుడు నాకు చికాకుగా గూడావుంటుంది.

నోరా—(అతనిచేతిలోనుండి చెయ్యితప్పించుకొని అతనికెదురుగా క్రిస్టమస్ వృక్షము ప్రక్కకరుగును.) ఇక్కడెంతవేడిగానుంది ! నే నెంతపని చెయ్యవలసివుంది !

దేమో. (తనచేతి నామె తలపైనుంచి) నాముద్దులవసంతకోకిలా ! (అతడు తనగదిలోనికి పోయి తలుపును మూసివేయును.)

నోరా——(కొంతసేపూరుకొని తనలో గొణుగుకొనును) లేదు, లేదు——అది సత్యంకాదు. అలాగు జరగదు. అలాగు జరక్కూడదు——(దాది ఎడమప్రక్కనున్న తలుపు తీసి.)

దాది——అమ్మా! పిల్లలు అమ్మదగ్గరకు తీసుకువెళ్లమని అల్లరపెడుతున్నారు.

నోరా——ఒద్దొద్ద, వారిని నాదగ్గరకు రానివ్వకు. ఏసీ! నువ్వ వాళ్ల నాడించు.

దాది——సరేనమ్మా! (తలుపుమూయును.)

నోరా——(భయముచే పాలిపోయి) నాబిడ్డలను పాడు చేస్తానా? నాగృహాన్ని విషపూరితంచేస్తానా? (కొంతసేపూరుకొని తలనెగురవేసి) అది నిజంకాదు. అది నిజమయ్యుండదు.

ఇది ప్రథమాంకము.

రంగము.

[ప్యానో ప్రక్క నొకమూలను క్రిస్టమస్ వృక్షముండును. అది నిరస్తభూషమై యుండును. చిరాడుతున్న దాని కొమ్మల నుండి కాలిన క్రొవ్వొత్తులు వ్రేలబడియుండును. నోరా దుస్తులును టోపీయు సోఫాపై బడియుండును. సోఫా ప్రక్క నాగి దుస్తులను తీయును.]

నోరా—(దుస్తులను క్రిందపారవైచి) ఎవరోవస్తున్నారు. (ద్వారమువద్దకుపోయి వినును) లేదు—ఎవరూ లేరు. ఇవాళెవరూ రారు. ఇవాళ క్రిస్మస్ దినము—రేపుకూడాను. కాని బహుశా—(తలుపు తెరచి పైకిచూచును.) లేదు. ఉత్తరాలపెట్టెలో నేమీలేదు. అది కాళీగానే వుంది. (ముందునకు వచ్చి) ఏం వెధవ ఘోష. అతడు మనఃపూర్తిగా అనుండడు. అలాంటిది జరగదు. అది అసంభవము. నాకు ముగ్గురు పిల్లలున్నారు.

దాది—(తలవొంచి చూస్తూ) కాని, అమ్మా! అది చాలమ ట్టుకు కుట్టవలసుంది.

నోరా—దాన్ని నూరువేలముక్కలుగా చింపేస్తే బా గుండును.

దాది—అదేమాటమ్మా! అది సుళువుగా సరి చెయ్యొచ్చు. ఒక్కపిస రోపికుంటేసరి.

నోరా—సరే. నాకు సాయంచెయ్యడానికి నేను వెళ్లి లిండీదేవిని పిలుస్తాను.

దాది—ఏమిటి? మళ్లీ వీధిలోకే? ఈభయంకరమైన ఓరు గాలిలో? అమ్మా! మీకు శైత్యంచేస్తుంది. రోగం తెచ్చు కుంటారు.

నోరా—అంతకంటె వుపద్రవమే జరుగవచ్చు. పిల్ల లెలా గున్నారు?

దాది—పాపం. వాళ్లు క్రిస్టమస్ బహుమతులు పెట్టు కుని ఆడుకుంటున్నారు. కాని—

నోరా—నాకోసంగాని యేడుస్తున్నారా?

వుగా అలవాటు పడిపోతారు.

నోరా—నిశ్చయమేనా? అమ్మ కనబడకుండా వెళిపోతే వాళ్లు మరచిపోతారా ?

దాది—అయ్యో రామ! కనబడకుండానా ?

నోరా—ఏనీ! నీకొకమాట అడగాలనుంది. దాని గూర్చి నేను తరచు ఆశ్చర్యపడుతుండేదాన్ని. పరాయివాళ్ల మధ్యను నీచిన్నిబిడ్డను వదలిడానికి నీమనస్సెలాగొప్పింది ?

దాది—ఏమి? దానివల్ల నింతమంచిస్థితికి వస్తూవుంటే ? కష్టాలపాలైనచిన్నపిల్ల కిది సంతోషంకాదా? అదికాక, ఆదుర్మార్గుడు నాకొకపిసరైన సహాయం చెయ్యలేదు.

నోరా—బహుశా నీకూతురు నిన్ను మరచిపోయుంటుంది.

దాది—లేదమ్మా! మరచిపోలేదు. ఆమెకు పని ఖాయమైనప్పుడు, ఆమె వివాహమైనప్పుడుగూడా నా కుత్తరాలు వ్రాసింది.

తల్లి లేదా.

నోరా—నాబిడ్డలకుగూడా తల్లి లేకపోయినప్పుడు నువ్వే తల్లివిగా నుంటావు—నేను మాట్లాడుతున్న దెంత అసందర్భంగానుంది. (పెట్టె తెరచి) నువ్వు పిల్లలదగ్గిరకు వెళ్లు. నేను రేపెంత అందంగానుంటానో నువ్వు చూద్దుగాని.

దాది—రేపు ప్రదర్శనంవద్ద మీకంటే యెవరూ అందంగానుండరమ్మా. (ఎడమవైపునున్న గదిలోనికి పోవును.)

నోరా—(పెట్టెలోని వస్తువులను విప్ప మొదలుపెట్టును. కాని వెంటనే మరల వానిని దూరము త్రోసివేయును.) నేను వెళ్ళిపోగలసినట్టయితే నాతో నెవరూ రాకుండావుంటే యీ మధ్యను ఇక్కడేమి విపరీతం జరగకుండా వుంటే అసందర్భము. తెలివితక్కువ. ఎవరూ రారు. నేను దాన్ని గురించి మాత్రం తలచుకోకూడను. నామాంద్యాన్ని వదలుకోవాలి. ఎంతఅందమైన కరత్రాణములో ! ఆఆలోచన మానుకోవాలి. ఒకటి, రెండు, మూడు, నాల్గు, ఐదు, ఆరు (అరచును.) ఆ ! ఎవరో వస్తున్నారు—(ద్వారమువద్దకు పోవును. కాని అనాలోచితముగ్గా నక్కడ నిలబడును.)

నోరా—అవును. నువ్వు నాకుకొంచెం సాయంచెయ్యాలి. ఈసోఫామీద కూర్చుందాం రా. విను. రేపు స్టెన్సుబర్గులో నర్తన ప్రదర్శనం జరుగుతుంది. నాభర్తగారు నన్ను నేపాలదేశపు చేపలదానివేషం వేసుకొని, కేప్రీలో నేను నేర్చుకున్న టరన్టల్లా నృత్యం చెయ్యమని కోరుతున్నారు.

లిండీ—అలాగా, అయితే నువ్వావేషం వేస్తావన్నమాట.

నోరా—అవును. నాభర్తగారు కోరుతున్నారు. ఈ దుస్తులు చూడు. మాఆయన నాకోసం కుట్టించారు; కాని,అదంతా చిరిగిపోవడంచేత, ఏలాగుండాలో నాకు బోధపడలేదు.

లిండీ—మనం సులువుగా దాన్ని సరిచేసేస్తాము. ఇక్కడా అక్కడా కొన్నిటక్కులు వెయ్యడం మరిచిపోయాడు. సూదీ దారంయేది? అప్పుడప్పుడు మనకు కావలసిందంతే.

నోరా—నువ్వెంతమంచిదానివే.

లిండీ—(కుడుతూ) రేపు నువ్వు ఈదుస్తులను వేసుకుంటావుగదూ. నోరా! ఎలాగో నేను చెప్పాను—నే నొకసారి

దురావలసింది. నాథ ర్తకు ఇల్లుశుభ్రంగాను, అందంగాను ఎలా గుంచడమో తెలుసును.

లిండీ—నువ్వుకూడా ఆలాగే వుస్తావు. నాకు తెలుసును. నీతండ్రికి నువ్వు కూతురై నందుకు వృధాకాలేదు. కాని చెప్పు. ఈడాక్టరు నిన్ననున్నట్టే యెప్పుడూ క్రుంగిపోయేవుంటాడా?

నోరా—లేదు. నిన్ననతనిముఖంలో అది ప్రత్యక్షంగా కనబడ్డాది. అతడుచాల ఉపద్రవమైన జబ్బుతో బాధపడుతున్నాడు. పాపం! అతనికి క్షయరోగం పట్టుకుంది. అతనితండ్రి అన్నిటిలోను అమితంగానే వుండేవాడు. అందుచేతనే అతనికొడుకు పుట్టిందగ్గరనుండి రోగిష్టిగానే వున్నాడు. తెలిసిందా?—

లిండీ—(కుట్టునాపివేసి) కాని నామున్దులనోరా! అతనిగురించి యిదంతా నీకెలాగు తెలిసింది?

నోరా—(ఇటునటునడుస్తూ) ముగ్గురుపిల్లలను కన్నతరువాత నన్ను చూడ్డానికి యెవరైనా వస్తూవుంటారు; భర్తలతో కాపురంచేస్తున్నవాళ్ళు. వాళ్లల్లో కొంతమంది వైద్యం తెలిసినవాళ్లు. ఇటువంటిసంగతులన్నీ ఒకటితరువాత నొకటి మాట్లాడతారు.

లిండీ—కాని, చెప్పు - అతడు మంచివాడేనా? అంతే ప్రతీవాళ్లతోనూ ఎలాగో బుజం కలిపేడానికి తొందపడేవాడౌనా కాదా ?

నోరా—అబ్బే. అలాగెందుకన్నావు ?

లిండీ—నిన్న నతనిపరిచయం నాకు మొదట కలిగినప్పుడు నాపే రనేకసార్లు ఈయింట్లోవిన్నానని అతడు చెప్పేడు. కాని నీభర్త నేనెవరో ఒకపిసరైనా తెలియదన్నాడు. అందుచే డాక్టరురాంకుకు—

నోరా—అదినిజమే క్రిస్టైనీ! నాభర్తగారు నన్నెంతో ప్రేమిస్తారు. అందుచేతవారికి నాపూసుతప్ప యింకొకరివూసక్కర లేదు. నేను వచ్చినకొత్తరికం నాప్రియసఖులనుగూర్చి మాట్లాడేదాన్ని. దానికాయన యేవగించుకొనేవారు. అంతట నుండి నేనాప్రస్తావన మానేశాను. కాని యిటువంటివి వినడానికి డాక్టరురాంక్‌గారి కిష్టం కాబట్టి అతనితో నే నిటువంటివన్నీ మాటాడుతూవుంటాను.

నోరా——ఏమిట? న నతనిత్‌ స్నేహంచాలంచాల్‌?

లిండీ——రెండుకారణాలచేత, నిన్న నువ్వేదో అసందర్భ ప్రలాపం గావించావు. నిన్నెవ్వడో ధనవంతుఁడు మోహించి మరణశాసనమూలముగా నీకు ద్రవ్యమిచ్చినట్లు——

నోరా——భగవదనుగ్రహంవల్ల అట్టిప్రియుఁడు నిజంగా ఎవడూలేఁడు. కాని, తరవాత ?

లిండీ——డాక్టరునకేవై నా ఆస్తివుందా ?

నోరా——ఆఁ, ఉన్నాది.

లిండీ——అతనికెవరు దక్షతగాని, వారసులుగాని లేరు గదూ ?

నోరా——లేరు. లేరుకాని——

లిండీ——ప్రతిరోజు ఇక్కడకేవస్తాఁడు ?

నోరా——అవును. ఆసంగతి నేనే చెప్పను.

లిండీ——అయితే యీపెద్దమనిషి అంతగడుస్తనం లేని వాఁడా?

నోరా——నువ్వన్నమాట నాకేమి బోధపడలేదు.

ఆలోచించావా?

లిండీ—అయితే అతడు కాడా?

నోరా—కాడు. కాదు. ఆ ఆలోచన ఒక్కక్షణమైనా నాతలపునకు రాలేదు. అదిగాక నాకివ్వడానికతనివద్ద నప్పటికి డబ్బులేదు. అతనికీఆస్తి తరవాతకలసింది.

లిండీ—సరే. నోరా! నువ్వుచాల అదృష్టవంతురాలవు.

నోరా—లేదు. డాక్టరురాంకును అడుగుదామనుకోలేదు. నే నడిగినట్లైతే అతడు తప్పకుండా—

లిండీ—కాని నువ్వడగలేదు?

నోరా—అడగలేదు. అలాగు అడగడానికి వీలవుతుందనికూడా నేననుకోలేదు. కాని, నేను డాక్టరురాంక్‌తో చెప్పినట్లైతే అతడుతప్పకుండా—

లిండీ—నీభర్తపరోక్షంగానా?

నోరా—అలాగైతే అతనితోఅంతా తెగతెంపులు చేసికోవలసివుంటుంది.

నోరా—చాచా (కదలకుండానిలబడి) నువ్వుతెచ్చిన అప్పు చెల్లించేస్తే నీపత్రం నీకుతిరిగి వెళ్ళిపోవస్తుందికాదూ ?

లిండీ—దానిమట్టుకదే.

నోరా—అంత ఆవెధవకాగితాన్ని ముక్కముక్కలుగా చింపేసి కాల్చివచ్చును.

లిండీ—(ఆమెవైపుతీక్షణంగాచూచి కుట్టుతున్నది క్రింద పెట్టి మెల్లగాలేచి) నోరా! నువ్వేదో నావద్దనుండి మభ్యపరుస్తున్నావు.

నోరా—నేను దాచినట్టు కనబడుతున్నానా ?

లిండీ—నిన్న! ప్రాతఃకాలం గడచినతరవాత నీకేదో జరిగింది. నోరా! ఏమిటది ?

నోరా—(ఆమెదగ్గరకువెళ్ళి) క్రిస్టైనీ! (వినుటనభినయించి) ఊరుకో! ఊరుకో! నాభర్తగారింటికి వస్తున్నారు. నీకు లోపలకువెళ్ళి పిల్లలను చూదామనుందా? నాభర్తకు బట్టలు కుట్టుకుంటూ వుండడం సహించదు. ఏనీకూడా కొంచెం సాయం చేస్తుంది.

హెల్మ—ఎవరది. కుట్టుపనిదా ?

నోరా—కాదు, క్రిస్టైనీ. ఆవిడ నాకు దుస్తులు సరీగా కూరుస్తున్నాది. నే నెలాగుకనబడతానో మీరే చూస్తారు.

హెల్మ—అదియెంతో సంతోషమైనసంగతి.

నోరా—బాగు బాగు. మీరు కోరినట్టు చెయ్యడం నాకు కూడ ఆనందం కాదా ?

హెల్మ—ఆనందమా ? నీభర్త కోరినట్టు చేసినందు కా ? నువ్వన్నమాట నిజమేనా ? కాని నిన్ను నే నల్లరపెట్టను. దుస్తులు తొడుక్కుని చూద్దామని నీకుందిగదూ ?

నోరా—మీరు పని చూచుకోడానికి వెళ్ళిపోతారు కాబోలు ?

హెల్మ—అవును. (కాగితములకట్టను చూపును.) ఇది చూడు. నే నిప్పుడే బాంకీకి వెళ్ళివచ్చాను. (తనగదివైపు తిరుగును.)

నోరా—నాథా !

హెల్మ—ఓయి !

నోరా—మీరు దయుంచి దానికి కావలసినదిస్తే, మీ ముద్దులవుడత యిటునటు పరుగెత్తి అనేకవిద్దెలు చేస్తుంది.

హెల్మ—అదేదో సరీగా చెప్పు.

నోరా—మీభరతపక్షి కిలకిలలాడుతూ ఆరోహణావరోహణములతో తనసంగీతం నెరుపుతుంది—

హెల్మ—నాభరతపక్షి అదెలాగు చేస్తుంది !

నోరా—నే నప్సరసవేషంవేసి మీకోసం వెన్నెలలో నృత్యం చేస్తాను నాథా !

హెల్మ—నోరా ! నువ్వుదయం చేసినప్రార్థన కాదు గదా ?

నోరా—(అతనిదగ్గరకు వెళ్ళి) అదేను. నానాథా ! మిమ్ముల్నను నేను మిక్కిలి ప్రార్థిస్తున్నాను.

హెల్మ—తిరిగీ ఆప్రస్తావన తేనడానికి నీకు ధైర్యమున్నదా ?

నోరా—ఉంది. నేను కోరినట్లు మీరు చెయ్యండి. క్రోగ్‌స్టాడ్‌ను పనిలో నుండనియ్యండి.

హెల్మ—ఇది భరింపరాని మిక్కిలి మొండితనము. ఏదో ఒక అనాలోచితమైన వాగ్దత్తమును నువ్వు చేశావని వానిగూర్చి చెప్పుతున్నావు. నేనుకూడా—

నోరా—అదికాదు నాథా! ఈచెప్పుతున్నది మీకోసమే. వా డతిదారుణంగా పత్రికలలో వ్రాస్తాడు. ఆసంగతి మీరే చెప్పారు. మీకు చెప్పరానంత కీడుచేస్తాడు. అందుచేతనే అతడంటే నాకు బ్రహ్మాండమైనభయం—

హెల్మ—ఆహా! నాకు బోధపడింది. జరిగినదంతా జ్ఞాపకానికి వచ్చి నీకు భయంవేస్తున్నాది.

నోరా—ఏమిటి జ్ఞాపకానికిరావడం?

హెల్మ—నువ్వు మీతండ్రిసంగతి తలచుకుంటున్నావు.

నోరా—అవునవును. ఆసంగ తొకసారి జ్ఞాపకంతెచ్చుకోండి. ఈ అసూయాపరులు అప్పగారినిగూర్చి పత్రికలో ఏమిటి వ్రాశారో, ఎంత అప్రతిష్ఠకలుగజేశారో, ఆసమయంలో ఆశాఖవారు మిమ్మల్ని పంపకపోయినా, మీరు దయదలచి అతనికి సహాయముచెయ్యకపోయినా అప్పు డతనికి బర్తరుపు కూడా అయిపోయుండును.

నోరా—ఈద్రోహం లెటువంటిపన్నాగాలు పన్నుతారో మీరేంచెప్పగలరు. మన కీగృహకృత్యాల్లో అంతా సదుపాయంగాను, సౌఖ్యంగాను, ఏంవిచారంలేకుండా వుండాలి. మనకు పిల్లలుగూడా వున్నారు. అందుకనే మిమ్మింతగా ప్రార్థిస్తున్నాను.

హెల్మ—వానికోసం నువ్వనవసరంగా జోక్యంచేసుకుని చెప్పడం, వానిని నేను మరుంచడానికి వీలులేకుండా చేస్తున్నావు. అప్పుడే బాంకీవుద్యోగస్థులలో నేను క్రోగ్‌స్టాడ్‌ను బర్తరుపు చేస్తున్నానని తెలిసింది. ఇప్పుడది మానేస్తే యేమంటారు. క్రొత్తమేనేజరు తనభార్యా అజ్ఞప్రకారం తనవుద్దేశం మార్చుకున్నాడు-

నోరా—అనుకుంటే యేంనష్టం?

హెల్మ—ఏమీలేదు- నీలాంటి మొండివాళ్ళమాటచెల్లితేసరి- నలుగురిముందరా నేను నవ్వులపాలవుతాననుకున్నావా? "ఎవరుచెప్పినాసరే వింటాడురా" అని ప్రజ లనుకోడానికి. దానిప్రతిఫలంకూడా నేను వెంటనే అనుభవిస్తాను. అదిగాక నేను బాంకీలో మేనేజరుగా నున్నంతకాలం వానితో కలిసి పనిచెయ్యడానికి వీలులేకుండా మరొకకారణముంది.

కాని మేమిద్దరము బాలురగా నున్నప్పటినుండి వాణ్ని నే నెరుగుదును. వాని మోటస్నేహమే నాకొక పిశాచంలాగ కనిపిస్తుంది. నే నున్నసంగతి నీకు చెప్పేస్తాను. మే మొకప్పుడు మిక్కిలిస్నేహంగా నుండేవాళ్లము. కాని, యీ తెలివిమాలినవాడు నలుగురుఉన్నప్పుడైనా ఒకపిసరు కట్టుదిట్టముగా నుండడు. అదిగాక నాతో చనువుగా మాట్లాడడానికొక హక్కున్నదని ప్రతీక్షణం "ఒరే హెల్మరు." అని యిలాగ్గా పిలుస్తాడు. అదినాకు చాలకష్టతరంగా నుంటుంది. బాంకీలో నాస్థితి దౌర్భాగ్యకరంగా చేస్తున్నాడు.

నోరా—మీ రలాగంటారని నేననుకోను.

హెల్మ—అనుకోవు ? ఎందుచేత ?

నోరా—అలాగుతలవడం సంకుచితబుద్ధిని తెలియజేస్తుందిగాబట్టి.

హెల్మ—ఏమిటంటున్నావు ? సంకుచితబుద్ధా ? నాది సంకుచితబుద్ధనా అంటున్నావు ?

నోరా—కాదు. మీవట్టిదికాదు. ప్రియా—అందుచేతనే.

నోరా—నాథా! ఏమిటి చేస్తారు?

హెల్మ—(తనకాగితాలు చూస్తూ) అయిపోయింది,

[ప్రవేశము:—దాసి]

చూడు. ఈఉత్తరం తీసుకొని తత్క్షణమే క్రిందకు పో. అక్కడెవరినేనా మనిషినిచూచి వెంటనే తీసుకువెళ్లి యివ్వమని చెప్పు. వెళ్ళు, తొందరగా వెళ్ళు. పైవిలాసం దానిమీద వ్రాసివున్నాది. సొమ్మిదిగో.

దాసి—చిత్తము. (ఉత్తరము పట్టుకొని నిష్క్రమించును.)

హెల్మ—(కాగితములు సర్దుతూ) ఇప్పుడో నా చిన్నారి మొండీ!

నోరా—(అత్యాతురతతో) నాథా! ఏమిటది?

హెల్మ—క్రోగ్స్టాడ్ బర్తరుపు.

నోరా—నాథా! దాన్నిపిలవండి, ఇంకా కావలసినంత వేళుంది నాకోసం పిలవండీ—మీకోసం మనపిల్లలకోసం, విన్నారా? దాన్నిపిలవండి. ఆఉత్తరం మనకెంత వుపద్రవం తెస్తుందో మీకేం తెలుసు.

అయినా నిన్ను నేను క్షమించాను. దానివల్ల నీ ప్రేమ నాకు ప్రత్యక్షంగా కనబడుతున్నాది కాబట్టి. (ఆమె రెండు చేతులును పట్టుకొని) నా ముద్దుల నోరా! ఇలాగుండాలి. ఏమివస్తే రానీ. దాన్ని ప్రతిఘటించడానికి నాకు పట్టుదల బలం కూడా వుంది. ఆపూచీ అంతా నా నెత్తిమీద పెట్టుకోడానికి తగివున్నానో లేదో నీకే తెలుస్తుంది.

నోరా—(భీతిచే స్తంభించిన కంఠముతో) మీరన్నమాటేమిటి?

హెల్మ—నేను చెప్పినదంతా—

నోరా—(తెమ్మదేరి) ఆలాగు మీరు చెయ్యలేరు.

హెల్మ—సరే. మంచిది. దాన్ని మనం భార్యాభర్తలులాగ పంచుకుందాం. అదే యిప్పుడు జరగాలి. (ఆలింగనం చేసుకుంటూ) ఇప్పుడు నీకు సంతోషమైందా. అదిగో. అదిగో. ఈ చకితహరిణాక్షములు! ఇదంతా ఉత్తభయంకర స్వప్నము-నువ్వెళ్ళి టరంటలా నృత్యముచు కంజరితో నభ్యాసం చెయ్యి. నేను కచేరీసావిట్లోకి పోయి తలుపు వేసుకుంటాను. నువ్వు

వృక్షమువలె నొఱిగి, గొణుగుకొనును.) వా డది చెయ్యడానికి
సమర్ధుడు. అలాగు చేస్తాడు. ఎంత ప్రతికూలంగానున్నా చేస్తా
డు- లేము. అదికాదు. ఎన్నటికిన్ని, ఎప్పటికిన్ని, అదితప్ప యిం
కేదైనా సరే. ఏదయితే అదే. (ఆమె తనచేతుల రెండిటితోను
ముఖమును కప్పుకొని లేచి ద్వారమువద్దకు పోయి తలుపు
తెరచును. రాంక్ కోటు కొయ్యకు తగిలించి బయట నిలబడు
ను. ఈక్రింది సంభాషణ జరుగుతూ వుండగా చీకటిపడును.)

నోరా——డాక్టరుగారు! బాగా మీపిలుపు వినబడ్డాది.
కాని మీ రిప్పుడు టోర్వాల్డుగారి వద్దకు వెళ్ళవద్దీ. ఆయన
చాల పనితోందరలో వున్నట్టు కనిపిస్తుంది.

రాంక్——నువ్వో ?

నోరా——(అతన్ని లోనికి రావించి పిదప తలుపు
మూయును.) నాకా? మీ రెప్పుడు వచ్చినా నాకు తీరుబాటే.

రాంక్——సరే. అయితే ఇక్కడే కాలక్షేపం చేద్దాము
వీలై నంత.

నోరా——అంటే మీవుద్దేశ మేమిటి? వీలై నంతంటే ?

నోరా—(అతని చేయి గట్టిగా పట్టుకొని) ఏమిటి కను క్కున్నారు ? డాక్టరుగారు మీరు చెప్పాలి.

రాంక్—(స్టవ్వుప్రక్క కూర్చొని) అంతా నాసంగతే. ఇక మరేం చెయ్యడానికి లేదు.

నోరా—(ఉపశమనకరమైన ఒక నిట్టూర్పు పుచ్చి) మిమ్మునుగురించేనా ?

రాంక్—మరెవరికొరకు ? ఎవరిమట్టుకు వారు రూరు కోడం లాభంలేదు హెల్మరుదేవి. నాదగ్గర మందుపుచ్చుకున్న వాళ్ళందరికంటే కూడా నేనే దౌర్భాగ్యుణ్ణి. కొద్దిరోజులనుండి నే నింటివద్ద కొంచెంకూడికగా నున్నాను అప్పులపుప్పి, బహు శా నేను నెలదాటకుండా చర్చి ఆవరణలో చివుతూ వుంటా నేమో !

నోరా—ఎటువంటి వినరాని మాటచెప్పుతున్నారు.

రాంక్—అసలు కృత్యమే అసహ్యకరమైంది. అందులో వచ్చిన ముప్పేమిటంటే, అదిరాకుండానే అంతకంటే అసహ్య కరమైనవాటితో ప్రతిఘటించవలసి వుటుంది. మరొక్కసారి

నోరా—అయ్యో! కాని డాక్టరుగారు!

రాం—అతడుంటానన్నా ఉండనియ్యను. ఏకారణంచేతనైనాసరే అతడు లోపలికి రాకుండా నాతలుపు వేసుకుంటాను. రావలసిందేదో పూర్తిగా వస్తుందని తెలిసినతరవాత నల్లని (శిలువ) అడ్డుగురుతుతో నీకొక వుత్తరం పంపిస్తాను. అప్పుడు నాకేదో తలపరానిది వచ్చిందని నువ్వనుకోవాలి.

నోరా—మీరు నేడుచాల అసందర్భంగా మాట్లాడుతున్నారు. మీరెంతో సరదాగా వుండాలని నేను కోరేను.

రాంక్—నామీద మృత్యువు తాండవిస్తూవుండగానా? మరొకరిపాపానికి నేను ప్రతిఫలం అనుభవిస్తూవుండగానా? అందులో నేమైనా న్యాయముందా? ఏదో వొకలాగ తప్పింపరాని ప్రతిక్రియ జరుగుతునేవుంది—

నోరా—(తనచేతులతని చెవులమీద పెట్టి) అసందర్భం పోనిత్తురు. ఏదైనా సరదాఅయినసంగతి మాట్లాడండి.

రాంక్—ఓ. ఇదంతా నవ్వవలసినసంగతే. నావెన్నెముక నాజనకుని యౌవనానందముచే బాధపడవలసినదే.

నోరా—తరవాతి చందవలు.

రాంక్—చందవల మాట చెప్పనక్కరేలేదు.

నోరా—బుడ్లకొలది సారాయము ద్రాక్షారసముకూడాను. ఈమంచిమంచి సుగంధద్రవ్యాలన్నీ మనయెముకలమీద పగతీర్చుకుంటాయి.

రాంక్—ముఖ్యంగా వాని యనుభవ సంతృప్తిలేని నిర్భాగ్యుల యెముకలమీద.

నోరా—అదే విచారకరమైన సంగతి.

రాంక్—(ఆమెవంక తేరిపారజూచును) హుః.

నోరా—(కొంతసేపూరుకొని) మీరెందుకు నవ్వుతున్నారు?

రాంక్—నేనుకాదు నువ్వేనవ్వుతున్నావు.

నోరా—నేనుకాదు. మీరే నవ్వుతున్నారు డాక్టరుగారు!

రాంక్—(నిలబడి) నేననుకంటె నువ్వు మిక్కిలి పెంకిదానివి.

రాంక్—ఆ నష్టం మిమ్ము నష్టేబాధించదు. చచ్చినవాళ్లను వేగం మరచిపోతారు.

నోరా—(అతనివైపు నాతురతతో చూచుచు) మీకు దానిలో నమ్మకముందా ?

రాంక్—మనుష్యులకు క్రొత్తబంధుత్వాలేర్పడతాయి. అప్పుడు—

నోరా—ఎవరి కేర్పడతాయి ?

రాంక్—నేను చచ్చిపోయినతరువాత నీకు హెల్మరు కున్ను. నువ్వప్పుడే దారిలో పడ్డావు. నిన్నసాయంత్రం లిండీదేవి యిక్కడకెందుకు వచ్చింది ?

నోరా—ఓహో ! పాపం ! మీకాయనాథను, క్రిస్టైనిని చూస్తే అసూయగానుందా యేమి ?

రాంక్—అవును. ఆవిడే నా అనంతరం యీ యింటికి వారసురాలు. నేనుచచ్చిపోయినపిదప యీవిడ—

నోరా—ఊరుకోండి. అంతగట్టిగా మాట్లాడకండి. ప్రక్కగదిలోనే ఆమె వున్నాది.

లుగారికోసం అనుకోండి. (మంజూషమునుండి వివిధవస్తుసముదాయమును తీస్తూ) డాక్టరుగారు! రండి కూర్చోండి మీకు కొన్నివస్తువులు చూపిస్తాను.

రాంక్—(కూర్చుని) ఏమిటవి ?

నోరా—వీటిని చూడండి.

రాంక్—పట్టుమేజోళ్లు.

నోరా—ఎర్రమంటిరంగు. ఏంబాగులేవూ? ఇక్కడ చాల చీకటిగానుంది. కాని రేపు—లేదు. లేదు. మీరు నాపాదాలతట్టే చూడాలి. సరే. మీరు కాళ్లవైపుగూడా చూడొచ్చు.

రాంక్—హుః—

నోరా—(ఒక్కక్షణమతనివైపు చూచి) సిగ్గు. సిగ్గు. (మేజోడుతో నతనిచెవిమీదకొట్టి) అదే మీకు శిక్ష. తిరిగీ వానిని మడతపెట్టును.)

రాంక్—ఇంకా ఎటువంటి మంచివస్తువులు నాకుచూపిస్తున్నావు ?

మీతో నింతచనువుగా మాట్లాడుతున్నప్పుడు నే నిక్కడకు రాక పోతే నాసంగతి యేమైయుండునో నాకే తెలియదు.

నోరా—(నవ్వుతూ) మాతోనుంటే మీకెంతో ఖులాసాగానుంటుందనుకుంటారు.

రాంక్—(తిన్నగా ముందుకుచూస్తూ కొంచెముసన్నని స్వరములో) అంతా వదిలేసి పోవలసినప్పటికిని—

నోరా—అసందర్భం. మీరు దీన్నివిడిచిపెట్టలేరు.

రాం—(పూర్వమువలెనే) నాకృతజ్ఞత తెలుపుతూ, మీకోసమేమీ విడవలేకపోవడము, పశ్చాత్తాపమైనా సరే— ఇదంతా శుద్ధశూన్యం. ఒకరుపోయినపిదప మరొకరువచ్చి ఆక్రమించవచ్చు.

నోరా—మిమ్మ నేదైనాఅడిగితే—కాదు కాదు—

రాంక్—ఎందుకు ?

నోరా—మీస్నేహం తెలియజేసే పెద్దనిదర్శనంగా-

రాంక్—అలాగే. అడుగు.

నోరా—నాకేదైనా పెద్దఉపకృతి—

రాంక్—నన్ను నిశ్చయముగా నువ్వు సంతోషపెడుతున్నావా ?

రాంక్——వస్తువెంత పెద్దదైతే అంతమంచిది. నువ్వన్నదేదో నేను పోల్చుకోలేను. నాలో నీకు నమ్మకంలేదా ?

నోరా——అందరికంటే మీలో నే. మీరు నాకు ఆప్తుల సిన్ని, మంచిస్నేహితులనిన్ని తెలుసును. అందుచేతనే మీకు చెప్తున్నాను. డాక్టరుగారు ! మీరు ప్రస్తుతం ఆపదరాకుండా చెయ్యాలి. నన్ను టోర్వాల్డుగారింత గాఢంగా, నెంతవచ నాతీతంగా ప్రేమిస్తున్నారో మీకే తెలుసును. నా గురించి వారి ప్రాణాన్నిగూడా విడవడానికి ఒక్కక్షణమైనా సంకోచింపరు.

రాంక్——(ఆమెవైపువంగి) నోరా! టోర్వాల్డు ఒక్కడే అనుకుంటున్నావా ?

నోరా——(కొంచె ములికిపడి) ఒక్కడేనా ?

రాంక్——నిన్నుగూర్చి ప్రాణమును త్యజించేవా డత డొక్కడేనా? అని.

నోరా——(విచారముతో) అదా మీరన్నది.

వెళ్ళిపోనియ్యండి.

రాంక్—(ఆమెపోవుటకు దారినిచ్చును. గాని నిశ్చలముగా కూర్చుండును.) నోరా!

నోరా—(సావిడితలుపువద్ద) హెలన్! దీపంపట్టుకురా! (స్టవ్వుదగ్గరకు పోవును.) డాక్టరుగారు మీరన్నదేం బాగులేదు.

రాంక్—అందరూ ప్రేమించినట్లు నిన్ను ప్రేమించడమా? అది తప్పా?

నోరా—కాదు. కాని ఆసంగతి నాతో చెప్పడం దానికిప్పుడేమీ అవసరములేదు.

రాంక్—నువ్వన్నమాటేమిటి? నీ కిదివరకు తెలుసునా? (దాసి దీపముపట్టుకొని ప్రవేశించి, దానిని మేజామీద పెట్టి వెడలిపోవును.) నోరా! హెల్మరుదేవి! చెప్పుపోనీ నీకది తెలుసునేమో!

నోరా—నాకు తెలిసిందీ లేనిదీ మీకెలాగు తెలుసును నేను చెప్పలేను. మీరింత అసందర్భముగా చెప్పడం డాక్టరుగారు! మనం ఎంతోచక్కగా మాట్లాడుకుంటూ వున్నాము.

నోరా—ఇప్పుడు మీకేమీ చెప్పలేను.

రాంక్—కాదు. కాదు. నువ్వు నన్నిలా శిక్షించగూడదు. నిన్ను గూర్చి మనిషి చెయ్యడానికి వీలైనదంతా చెయ్యడానికి నాకనుజ్ఞ యియ్యి.

నోరా—ఇప్పుడు మీరు నాగురించి యేమీ చెయ్యలేరు. అదిగాక యిప్పుడు నాకేవిధమైన సహాయముగూడ అక్కరలేదు. ఇదంతా ఊహాకల్పితమని మీ మట్టుకు మీకే తెలుస్తుంది. నిశ్చయముగాను. (ఉయ్యాలకుర్చీలో కూర్చుని మందహాసముతో నతనివైపు చూచుచు) డాక్టరుగారు! మీరు చాల తమాషైనవారండీ. దీపంవచ్చిన తరువాత మీకు సిగ్గు వెయ్యలేదు.

రాంక్—ఎంతమాత్రం లేదు. కాని నిన్ను శాశ్వతంగా విడిచిపెట్టేస్తే బాగావుండును ?

నోరా—వద్దు. వద్దు. మీరు నన్ను విడవవద్దు. మీరు పూర్వంవచ్చినట్టే రావాలి. మీరు లేకపోతే టోర్వాల్డుగార్కి తోచదు.

రాంక్—అవునుగాని నీకో ?

వో నాతోగూడా అలాగే వుంటావని అనేకసార్లు అనుకునే వాడిని.

నోరా—అవును. ప్రపంచములో కొందరు కొందరిని గాఢంగా ప్రేమిస్తారు. వారినే మరికొందరు స్నేహితులగా భావిస్తారు.

రాంక్—అవునందులో విశేషముంది.

నోరా— నే నింటివద్ద నున్నప్పుడు అప్పగారిని మిక్కిలి ప్రేమించేదాన్ని. కాని నాకెప్పుడూ వెడలిపోయి చెలికత్తెలతో నుండాలనే వుండేది. ఎందుచేతనంటే వాళ్లెప్పుడూ నీతులతో నాతల బద్దలుచెయ్యకుండా అనేకం సరదాలైయిన సంగతులు మాట్లాడీవారు.

రాంక్—ఆహా! అయితే వారిస్థానమే నే నాక్రమించాను.

నోరా—(ఒక్కసారిగెంతి అతని దగ్గరకువెళ్లి) ఓహో డాక్టరుగారు! చాలబాగా చెప్పారు. అది నేననుకోనే లేదు. కాని మీకు బోధపడుతుంది. ఇప్పుడు నాభర్తగారితో నుండడం అప్పగారితో నున్నట్టేవుంది.

రాంక్—అంకులో నే మైనా దుర్వార్తవచ్చిందా యేమి ?

నోరా—లేదు. లేదు. ఏమీ లేదు. నాక్రొత్తదుస్తుల సంగతి.

రాంక్—ఏమి టి? నీ వ స్త్రులు వచ్చివున్నాయా ?

నోరా—అవునదొకటి. ఇదిమరొకటి నేను తెప్పించాను. మావారి కీసంగతి తెలియకూడదు.

రాంక్—ఓహో! అదా యీపరమరహస్యం!

నోరా—అవును. ఆయనదగ్గరకు వెళ్లండి. గదిలో కూర్చున్నారు. ఆయన్ని వీలైనంతసేపు—

రాంక్—నీమనస్సులో భయమేమీ వుంచుకోకు. అత న్ని నేను కదలనియ్యను. (హెల్మరుగదిలోనికి పోవును.)

నోరా—(దాసీతో) ఏం ? అతడువచ్చి వంటింటిదగ్గర నిలుచున్నాడా ?

దాసి—అవును. అతడు పెరటిదారిని వచ్చాడు.

నోరా—కాని యింట్లో యెవరూలేరని నువ్వు చెప్ప లేదూ ?

నోరా—సరే. రానీ నెమ్మదిగామాత్రం రమ్మను. హె లన్! ఈసంగతి నువ్వెవ్వరికీ చెప్పకూడదు.

దాసి—చెప్పనమ్మా! నాకు తెలుసును.

(నిష్క్రమించును.)

నోరా—ఏదో విపరీతం జరుగనున్నది. నే నెంత ప్రయత్నించినను జరగకమానదు. లేదు. లేదు. అలాగు జరుగదు. జరగకూడదు. (ఆమె హెల్మరు గది తలుపునకు గొళ్ళెము పెట్టును. క్రోగ్‌స్టాడ్ వచ్చుటకై దాసి సావడితలుపు తెరచి అతడు ప్రవేశించిన తరువాత మూసివేయును. అతడొక రోమముకోటు, రోమముటోపి, ఒకపెద్దజోడు ధరించియుండును.)

నోరా—(అతని దగ్గరకువెళ్లి) మెల్లిగా మాట్లాడు. నా భర్తగారింటివద్దనే వున్నారు.

క్రోగ్—అంతమాత్రానికి ఫర్వాలేదు.

నోరా—నీకేమిటికావాలి ?

క్రోగ్—ఒకదానికి సంజాయిషీ కావాలి.

నోరా—ఏమిటో అది వేగంచెప్పు.

క్రోగ్స్టాడ్. [illegible]

కాని లాభం లేక పోయింది.

క్రోగ్—మిమ్ము మీభర్త యింతేనా ప్రేమిస్తారు. మీసంగతంతా బయటపెట్టేసి నేనేం చేస్తానో అతనికి తెలుసును. అయినప్పటికీ యీసాహసం చేశారు—

నోరా—ఈసంగతి అతనికి తెలుసునని నువ్వెలాగనుకుంటావు ?

క్రోగ్—నేనలాగనుకోలేను. టోర్వాల్డు హెల్మరులాంటి వానికి అంతధైర్యముండడం దుర్లభం—

నోరా—క్రోగ్స్టాడ్ ! నాభర్తయెడ మర్యాద నతిక్రమించకు.

క్రోగ్—లేదు. అతనికి తగిన మర్యాదే చేస్తాను. ఈసంగతంతా మీలోనే గోప్యంగా నుంచారు కాబట్టి, మీరు చేసినదానికి, నిన్నటికంటే మీరు బాగాబోధపడిం దనుకుంటాను.

నోరా—నువ్వు చెప్పిందానికంటే గూడాను.

క్రోగ్—నేను పనికిమాలిన వకీలును.

నోరా—నాదగ్గర నీకు కావలసిం దేమిటి ?

చుకో.

క్రోగ్—మీరూ మీభర్తగారూ నాపిల్లలగూర్చి తల చారా? సరే దానికేం లెండి. మీరు ఈవిషయంలో అంత ఆందోళన పడవద్దు. మొదటిలో నేను మీమీద నేమీ నేరారోపణ చెయ్యను.

నోరా—అవును. చెయ్యవు నాకు తెలుసును.

క్రోగ్—ఇదంతా సులువుగా తేలిపోతుంది. ఇది పైవారికి తెలియవలసిన అగత్యంలేదు. ఇది మన ముగ్గురులోనే రహస్యంగా నుంటుంది.

నోరా—ఇది నాభర్త కెంతమాత్రం తెలియకూడదు.

క్రోగ్—తెలియకుండా మీరెలాగు చేస్తారు? మిగిలిన సొమ్ము మీరిచ్చిగలరన్నమాట?

నోరా—లేదు. ఇప్పుడివ్వలేను.

క్రోగ్—సొమ్ములాగే అవకాశమేదో మీకు వస్తున్నాదికాబోలు.

నోరా—అటువంటి అవకాశ మేమీలేదు.

సంబాధము లేనివాళ్లకు దానిగురించేమీ తెలియనివ్వను. కాబట్టి మీకేదైనా ఘోరమైన ఆలోచన గలిగినట్లైతే—

నోరా—కలిగింది.

క్రోగ్—ఈయిల్లు విడిచి మీకు వెళ్లిపోవాలనున్నట్లైతే—

నోరా—ఉన్నాది.

క్రోగ్—అంతకంటే ఘోరమైన దేదైనా తోచితే—

నోరా—నీకేలాగు తెలిసింది ?

క్రోగ్—ఆవుద్దేశాలన్నీ మానియ్యండి.

నోరా—నే నిదంతా ఆలోచించానని నీ కేలాగు తెలిసింది ?

క్రోగ్—చాలమంది మొదట యిలాగే ఆలోచిస్తారు. నేనుకూడా యిలాగే ఆలోచించాను. కాని నాకు ధైర్యం చాలిందికాదు.

నోరా—(దుర్బలంగా) నాకంతకంటే—

క్రోగ్—అదికేక మూంలేగు చెసలట్టాయిత గొప్ప పొరపాటు. ఒక్కమాటతోనే గాలివాన చల్లారుతుంది—మీ భర్తగారిపేర నొకవుత్తరం వ్రాసి తెచ్చాను.

నోరా—అంతభోగట్టా తెలియజేస్తున్నా ?

క్రోగ్—ఊఁ. సాధ్యమైనంత నెమ్మదిగా మెత్తనిమాటలతో—

నోరా—(తొందరగా) అతడావుత్తరం చూడకూడదు. చింపీ. నీసొమ్ముకు నేను వేరే యేర్పాటు చేస్తాను.

క్రోగ్—దేవీ! క్షమించండి. మీకిప్పుడే గదా చెప్పేను—

నోరా—నేను నీకు బాకీవున్న సొమ్ముగూర్చి చెప్పలేదు. నువ్వు నాభర్తనెంత సొమ్మడుగుతున్నావో చెప్పు తెస్తాను.

క్రోగ్—నేను మీభర్తనొక చిల్లిగవ్వకూడ అడగలేదు.

నోరా—అయితే నీకేంగావాలి ?

క్రోగ్—చెప్తాను వినండి. దేవీ! నాపూర్వపు హక్కులు నాకు కావాలి. అందుకై మీభర్తగారి సాయం కావాలి.

చెప్పుతున్నాను. నాకు బాంకులో ఏదైనా పెద్దపనికావాలి. మీభర్తగారు నాకేదైనా కొలువు చూపించాలి—

నోరా—అది ఆయన చెయ్యరు.

క్రోగ్—అతడే యిస్తాడు. నాకు తెలుసును. ప్రతిఘటించడాని కాతనికి సాహసంలేదు. అతనితో సరిగానున్నప్పుడు నాసంగతి తెలుస్తుంది. ఒక సంవత్సరంలో నేను మేనేజరుగారి కుడిభుజంలాగుంటాను. అప్పుడు బాంకీపరిపాలన నడిపేది నిల్సు క్రోగ్‌స్టాడ్ కాని టోర్వాల్డుహెల్మరు కాడు.

నోరా—అటిసిటిథ తెప్పుడూ నువ్వు చూడవు.

క్రోగ్—అలాగు కాదనడానికి మీకు—?

నోరా—అలాగనడానికి నాకిప్పుడు ధైర్యంవచ్చింది.

క్రోగ్—మీరు నన్ను జడిపిస్తున్నారా? మీలాంటి వారికి నేను జడవను.

నోరా—నువ్వే చూస్తావు.

క్రోగ్—మంచుక్రిందను కాబోలు? లేకపోతే నీళ్ల క్రిందను. తరువాత వసంతకాలంలో పైకి తేలి భయంకరంగా,

[illegible] రూ జడిసిపోరు. అదిగాక యేంలాభం. అతడు పూర్తిగా నా చేతిలో చిక్కాలి.

నోరా—తరవాత ? నేను మరిలేకపోతే—

క్రోగ్—మరచిపోయారా. మీ ప్రతిష్ఠ కాపాడేది నేనే గదా ? (నోరా నోటమాటలేక అతనివైపు చూచును.) సరే; మీకు ముందు తెలియజేశాను. అవివేకంగా యేమీ చెయ్యకండి. హెల్మరుకు నా వుత్తరం చేరిన తరువాత అతని జవాబున కెదురు చూస్తూవుంటాను. ఇటువంటి కార్యానికంతా మీ భర్తగారే కారణమన్నమాట మరచి పోకండి. నేనతడు చేసిన పని మరచిపోను. దేవీ! సెలవు. (సావడిగుండా నిష్క్రమించును.)

నోరా—(సావడిద్వారం కడకు పోయి, తలుపు కొంచెము తెరచి వినుచు.) అతడు వెళ్లిపోతున్నాడు. ఉత్తరాల పెట్టెలో నుత్తరం వెయ్యడము లేదు. లేదు. లేదు. అలాగెందుకు చేస్తాడు. (మెల్లమెల్లగా తలుపు తెరుచును.) ఏమిటది ? అతడు పైని నిలుచున్నాడు. అతడు క్రిందకు వెళ్లడములేదు. సందేహిస్తున్నాడా యేమి ?—(పెట్టెలో నొక వుత్తరంపడును.

[illegible]
ను. కొంతసేపూరుకొనును.)

నోరా—ఉత్తరాలపెట్టెలో (నక్కినక్కి సావడిద్వారముఁ వద్దకు వెళ్లును) అదిగో. అక్కడున్నాది, నాథా! నాథా! మనకు మరాశలేదు. (దుస్తులు పట్టుకొని లిండీదేవి ఎడమప్రక్కనున్న గదినుండి వచ్చును.)

లిండీ—ఇంకా మరి కుట్టడానికి నాకేమి కనబడలేదు. ఒకసారి తొడుక్కొని చూస్తావా?

నోరా—(బొంగురుపోయిన కంఠముతో మిక్కిలి మెల్లగా) క్రిస్టైనీ! యిటురా?

లిండీ—(దుస్తులను సోఫామీద పడవైచి) ఏమిటి సంగతి? నువ్వు చాల ఆందోళన పడినట్లు కనబడుతున్నావు!

నోరా—ఇటురా? ఆవుత్తరం చూశావా? అదిగో చూడు—ఉత్తరాలపెట్టె యొక్క గాజుతలుపుగుండా నీకు కనబడుతుంది.

లిండీ—అవును. నాకు కనబడ్డాది.

నోరా—అది క్రోగ్‌స్టాడ్ వ్రాసిన వుత్తరం.

లిండీ—నోరా! అయితే నీకు సొమ్మిచ్చినది క్రోగ్‌స్టాడా?

మంచద.

నోరా—నీకు తెలియదు. నేను కూటసంతకము చేశాను.

లిండీ—అయ్యోయ్యపుణ్యమా!

నోరా—క్రిస్టైనీ! నువ్వీమాటచెప్పాలి—నువ్వు నాకు సాక్ష్యంగా నుండాలి.

లిండీ—నీకు సాక్ష్యమా! నువ్వన్నమాటేమిటి? నేనేమి చెయ్యాలి?

నోరా—నాకు మతిపోయి నేను తెలివి తప్పిపోతే—

లిండీ—నోరా!

నోరా—లేక నాకు మరేదైనా జరిగితే, దేనివల్లనైనా నే నిక్కడ వుండడానికి వీలు లేకపోతే—

లిండీ—నోరా! నోరా! నీకు నిజముగా పిచ్చెత్తిందే.

నోరా—ఎవరైనా నాపూచీ వహించవలసినవారుంటే—నానింద భరించవలసిన వారుంటే తెలిసిందా—

లిండీ—తెలిసింది. తెలిసింది—కాని అలాగవుతుందని నువెలాగనుకుంటున్నావు?

లిండీ—ఆలాగే చేస్తాను. కాని నాకిదంతా బోధపడ లేదు.

నోరా—నీ కెలాగు బోధపడుతుంది. ఏదో ఒక విప రీతం జరుగబోతున్నాది.

లిండీ—విపరీతమా ?

నోరా—అవును. చాలవిపరీతం—కాని చాలభయం కరమైంది. క్రిస్టైన్! అదెంతమాత్రం జరగకూడదు.

లిండీ—నేను యిప్పుడే క్రోగ్‌స్టాడ్ దగ్గరకు వెళ్తాను.

నోరా—వెళ్ళవద్దు. అతడు నీకేదైనా హానిచేస్తాడు.

లిండీ—ఒకప్పుడతడు నేను గీచినగీటు దాటక నేను చెప్పినదల్లా చేసేవాడు.

నోరా—అతడా ?

లిండీ—అతడెక్కడుంటాడు ?

నోరా—అది నా కెలాగు తెలుస్తుంది—అన్నట్టు (జేబు లోనుత్తరమును తడిమి) ఇదిగో నుత్తరము. కాని అయ్యో ఆవుత్తరమో ! ఆవుత్తరమో !

హెల్మరు—నువ్వేమీభయపడకు. నీగదిలోనికి మేము రాములే. నీగదితలుపు గడియవేసున్నాది. నీదుస్తులు తొడుక్కు చూస్తున్నావా?

నోరా—అవునవును. ఇప్పుడు నేను చాల అందంగా నున్నాను నాథా!

లిండీ—(ఉత్తరమునుచదివి) సరే. అత డీసందులోనా వున్నాడు.

నోరా—కాని లాభంలేదు. వేళ మించిపోయింది. అదిగో ఆపెట్టెలో ఉత్తరమప్పుడే వున్నాది.

లిండీ—తాళంనీమొగుడుదగ్గర నేవుంటుందా?

నోరా—ఆఁ.

లిండీ—క్రోగ్స్టాడ్ వుత్తరం చదవకుండా యిచ్చిమని చెప్పాలి ఏదో కారణం కల్పించి—

నోరా—కాని సాధారణంగా నాభర్తగారీవేళకే ఉత్త రాలపెట్టె తీస్తారు.

లిండీ—అతడు తియ్యకుండా విలంబంచెయ్యి. అతని దగ్గరకు నువ్వువెళ్లు. నేను సాధ్యమైనంతత్వరలో వస్తాను.
(సావడి ద్వారముగుండా తొందరతొందరగాపోవును.)

నోరా—ప్రియా ! ఇదేమిటా ?

హెల్మరు—ఏదో ఒక అద్భుతమైన వేషం వేస్తున్నావని రాంక్ చెప్పాడు.

రాంక్—(ద్వారంలో) నే నలాగనుకున్నాను. గాని పొరపాటు.

నోరా—ఎవరికిన్ని రేపటిదాకా నన్ను నాకొత్త దుస్తులతో చూడడానికి హక్కులేదు.

హెల్మరు—కాని ప్రియే! నోరా! నువ్వు చాలచిక్కిపోయినట్టు కనిపిస్తున్నావు. చాల హెచ్చుగా అభ్యాసం చేస్తున్నా వా యేమిటి ?

నోరా—లేదు. నే నభ్యాసం చెయ్యనేలేదు.

హెల్మరు—కాని నువ్వభ్యాసంచెయ్యాలి.

నోరా—అవును. తప్పకుండాచేస్తాను. కాని,మీసాయం లేకపోతే ఒకపిసరు జరగదు. నే నదంతాపూర్తిగా మరచిపోయాను.

హెల్మరు—సరే. అదంతా ఒక్కదెబ్బలో అలవాటవుతుంది.

త్రం మీరు నన్ను గూర్చి మీ [illegible] విడిచిపెట్టేయాలి. ఒక చిన్నపిసరుపనైనా ముట్టుకోకూడదు. చేతిలో కలంగూడాపట్టు కోకూడదు. అలాగు ఒప్పుకుంటారా ?

హెల్మరు—తప్పకుండాను. ఈసాయంత్రం నువ్వేమిచెప్పి తే అదేచేస్తాను. అన్నట్టు మొదట—(సావడిద్వారం దగ్గరకు వెళ్లును.)

నోరా—అక్కడకెందుకు వెళుతున్నారు ?

హెల్మరు—ఎందుకూలేదు. ఉత్తరాలేమైనావున్నా యేమో చూడ్డానికి.

నోరా—వద్దు. వద్దు. నాథా ! ఆపనివద్దు.

హెల్మరు—ఎందుకొద్దు ?

నోరా—వెళ్ళవద్దు. అందులో యేమీలేవు.

హెల్మరు—పోనీ వెళ్లిచూడనీ. (ఉత్తరాలపెట్టెవద్దకు వెళ్లబోవును. నోరా పియానోవద్ద టరంటలానృత్యము చేస్తూ ఆరంభగీతములుపాడును) ఆహా !

నోరా—మీదగ్గరుండి నేనభ్యసించకపోతే రేపు నేను నృత్యంచెయ్యలేను.

హెల్మరు—(ఆమెదగ్గరకువెళ్లి) నిజంగా నీకంతభయంగా ఉందా ప్రియా !

న వద్ద కూర్చుండును.)

నోరా—(మందసమునుండి ఒకకంజరియు, చిత్రవర్ణమైన శాలును తీయును. శాలును తొందరతొందరగా తనచుట్టూచుట్టుకొనును. అంతట రంగస్థలాగ్రమునకు దాటి గట్టిగాపిలుచును). ఇకనువాయించండి. నేను నాట్యంచేస్తాను.(హెల్మరువాయించుచుండును. నోరా నాట్యముచేయుచుండును. రాంక్ ప్రియానో ప్రక్కను, హెల్మరునకు వెనుక నిలబడిచూచుచుండును.)

హెల్మరు—(వాయిస్తూ) మెల్లిగా మెల్లిగా.

నోరా—ఇంతకంటే నేను మెల్లిగా నాట్యంచెయ్యలేను.

హెల్మరు—అంతతొందరగా కాదు నోరా!

నోరా—ఇలాగా ?

హెల్మరు—(వాయించడంమాని) కాదు. కాదు. అలాగు కానేకాదు.

నోరా—(నవ్వుతూ కంజరివూపుతూ) నేను చెప్పలేదా ?

రాంక్—నేను వాయిస్తాను.

పడును. దాని నేమాత్రమును సరకుచెయ్యక ఆమె నృత్య
చేయును. [ప్రవేశము లిండీదేవి.]

లిండీ—(ద్వారములో నిర్ఘాంతపోయి కొయ్యబొమ్మ వలెనిలబడి) ఓహో!

నోరా—(నృత్యంచేస్తూ) బాగుందా క్రిస్టైనీ?

హెల్మరు—ప్రియా నోరా! నీజీవితమంతా దీనిపైనే ఆధారపడినట్టునాట్యం చేస్తున్నావు.

నోరా—అవును. నిజమే.

హెల్మరు—రాంక్! వాయించొద్దు. అదిగో నీ కేంపిచ్చా మానీమంటే. (రాంక్ వాయించుటమానివేయును. నోరా తత్క్షణమే నిలబడిపోవును హెల్మరు ఆమెదగ్గరకువెళ్లును) నేను నమ్మలేదు. నీకుచెప్పిందంతా మరచిపోయావంటే.

నోరా—(కంజరీపారవైచి) చూశారా.

హెల్మరు—ఇంకా నీకు చాలతరిఫీను చెయ్యాలి.

నోరా—అవును. ఎంతతరిఫీను చెయ్యాలో మీరు చూశారుగదా. ఆఖరుదాక నాకు చెప్పుతు నేవుండాలి. ఆలాగుచేస్తానని వాగ్దత్తం చెయ్యండినాథా!

పోయినట్టున్నావు.

నోరా——అవును. నిజంగాను.

హెల్మరు——నోరా! నిన్నుచూస్తే నేనుపోల్చుకున్నాను. వాడిదగ్గరనుండి యేదో ఒకవుత్తరం ఉత్తరాలపెట్టెలో నున్నట్టున్నది.

నోరా——నాకు తెలియదు. ఉంటేఉంటుంది. కాని అటువంటివేమి మీరిప్పుడుచదవగూడదు. ఇదంతాజరిగిందాక మన కేమివిషాదకరమైనవార్త తెలియగూడదు.

రాంక్——(హెల్మరు చెవిలో గుసగుసలాడును) ఆమె మాట తోసేకండి.

హెల్మరు——(ఆమెను తనహా స్తపంజరముచే బంధించి) పోనీ పిల్లమాటే కానియండి. కాని రేపురాత్రి నువ్వు నాట్యంచేసి నతరవాత——

నోరా——అప్పుడు మీయిష్టమే. (కుడిప్రక్కనుండిద్వారములో దాసికనబడును.)

దాసి——అమ్మా! వడ్డనైంది.

నోరా—అవును. ద్రాక్షారసంవుంటె చిన్నవిందే—(పిలుచును) హెలన్! కొంచెం బిస్కత్తులుకూడాను.

హెల్మ—రా. రా. పిచ్చెత్తిపోకు. పూర్వం ఎలాగుండే దానివో, ఇప్పుడూ అలాగేవుండు. నాచిన్నారి భరతపక్షి.

నోరా—ప్రియా! అలాగే వుంటాను. కాని లోపలికి వెళ్లండి. డాక్టరుగారు మీరుకూడాను. క్రిస్టెనీ! నాతలదువ్వు.

రాంక్—(వెళుతూ హెల్మరుతో గుసగుసలాడును) అక్కడేమీ లేదుగాబోలు—ఆమె దేనికోసమో నిరీక్షిస్తున్నాదా యేమి?

హెల్మ—అదేమికాదు. నీకుచెప్పుతూ వుండేవాణ్ని కాను. అది చిన్నపిల్లలపిరికితనంలాంటిది కాని వేరుకాదు. (కుడిచేతి వైపునున్న గదిలోనికి పోవుదురు).

నోరా—ఏమిటైంది?

లిండీ—ఊరులో లేడు.

నోరా—నిన్ను చూడగానే నే ననుకున్నాను.

లిండీ—రేపుసాయంత్రం యింటికొస్తాడు. అతనిపేర నొకజాబువ్రాసి వచ్చాను.

వాత అద్భుత పర్యవసానంకోసం నిరీక్షిస్తూ వుండడమే మంచిది.

లిండీ—నువ్వు దేనికోసం నిరీక్షిస్తున్నావు ?

నోరా—అయ్యో ! నీకు తెలియదు. వాళ్ళదగ్గరకు వెళ్లు ఇప్పుడే నేను వస్తాను. (లిండీదేవి భోజనశాలలోనికి పోవును. ఒకక్షణము నోరా కదలకుండా నిలబడును. ఏదో ఆలోచిస్తున్నట్లు. పిదప వాచీవైపు చూచును.) ఐదుగంటలు. ఇంకా మధ్యరాత్రకు ఏడుగంటలు. అప్పటినుండి రేపటి మధ్యరాత్రికి ఇరవై నాలుగు గంటలు. అంతటితో టరంటలా అయిపోతుంది. ఇరవై నాలుగున్ను ఏడు? నాజీవితకాల మింకా ముప్పైయొక్క గంటమాత్ర ముంది.

హెల్మ—(ఎడమవైపునున్న ద్వారమునుండి) నాభరత పక్షి యెక్కడుంది.

నోరా—(చేతులు చాచుకొని అతనిదగ్గరకు వెళుతూ) ఇదిగో యిక్కడ !

ఇది ద్వితీయాంకము.

ర ం గ ము.

[రంగమధ్యమున మేజాయు దానిచుట్టూ కుర్చీలు నుం డును. మేజామీద దీపం వెలుగుతూ వుండును. సావడిలో నున్న ద్వారం తీసియుండును. మేడమీదిగదిలో నృత్యసంగీత ములు వినబడును. లిండీదేవి మేజావద్ద కూర్చొని పుస్తకము యొక్క పత్రములు త్రిప్పుతూ వుండును. ఆమె చదువుటకు ప్రయత్నించుచుండెను. గాని యామె చదివినదేదో యామెకు బోధపడకుండును. మధ్యమధ్య నామె వీధితలుపు చప్పు డవు తున్నదేమో యని వినుచుండును.]

లిండీ—(వాచీతట్టు చూచి) ఇంకారాలేదు- వేళ కా వచ్చింది. అతడుగాని రాకపోయినట్టయితే—(తిరిగీ వినును.) అదిగో వచ్చాడు. (సావడిలోనికి వెళ్ళి వీధితలుపు జాగ్రత్తగా తీయును. మేడమెట్లమీద కొంచెముకొంచెము అడుగులసవ్వడి: వినబడును. ఆమె గుసగుసలాడును) లోపలికిరా. ఇంట్లో వరూ లేరు.

లిండీ——నాబసలో మాట్లాడుకోడానికి వీలులేదు. నా
గకి ప్రత్యేకంగా ద్వారాలు లేవు. ఇక్కడ మాట్లాడుకుం
దాం ఎవరూలేరు. దాసీ పడుకున్నాది. మిగిలిన వాళ్యంతా
మేడమీద నృత్యం దగ్గిరున్నారు.

క్రోగ్——(గదిలోనికి వచ్చి) నిజంగా హెల్మరు నోరా
లు నృత్యం దగ్గిరున్నారా ?

లిండీ——ఉన్నారు. ఉండకేం ?

క్రోగ్——నిశ్చయంగా- ఉండకేమా ?

లిండీ——నిల్స్, రా. మనిద్దరం మాట్లాడుకుందాం.

క్రోగ్——మనంమాట్లాడుకోవలసినదియేమైనావుందా?

లిండీ——చాలావుంది.

క్రోగ్——నే నెప్పుడూ అనుకోలేదు.

లిండీ——లేదు. నువ్వ నన్ను సరిగా బోధపర్చుకో
లేవు.

క్రోగ్——ఇప్పుడు ప్రపంచకంలో అందరికీ - తెలిసింది
కాక యింకా యెమౌనావుందా ? దయావిహీనురాలైన

క్రోగ్—ఆలోచించకుండా చెయ్యలేదా ?

లిండీ—నిల్స్! నువ్వు నిజంగా అలా గనుకున్నావా ?

క్రోగ్—నువ్వు చెప్పింది నిజమైతే, నాకు నువ్వెందుకలాగు వ్రాశావు ?

లిండీ—నాకు మరోదారి లేకపోయింది. నీతో చెప్తున్నాను. నాగురించి నువ్వుపొందిన విచారాన్ని తుదముట్టించడమే నా బాధ్యత.

క్రోగ్—(చేతులునులుపుకుంటూ) అయితే అదీ కారణం ఇదంతా—సొమ్ముకోసం.

లిండీ—అనాథమైన ముసలితల్లినీ, ఇద్దరుతమ్ములను, నేను పోషించవలసినమాట మరచిపోకు. నీకోసం మేము మరి నిరీక్షించలేకపోయాము. నిల్స్! నీస్థితిగతులుకూడా అప్పటికి మరేంలాభకరంగా కనబడలేదు.

క్రోగ్—అయుండవచ్చును. కాని మరొకరికోసమై నన్ను పరిత్యజించడానికి నీకేమీకారణంలేదు.

లిండీ—ఆసంగతి నాకుతెలియదు. ఎన్నోసార్లు నామట్టుకునేన్ను "నేను చేసినది తప్పాఒప్పా" అని ప్రశ్నించుకున్నాను.

[illegible]

క్రోగ్—ఒకప్పుడు చేరువనే వుండీది. కాని దానికి నువ్వు మధ్య నడ్డువచ్చావు.

లిండీ—అలాగవుతుందని నేను కలలోనైనా తలవ లేదు. నాకీవేళ తెలిసింది. బాంకీలో నీకు బదులుగా నన్ను వేశారని

క్రోగ్—నువ్వలాగు చెప్తే నేను నమ్ముతాను. కాని యిప్పుడు తెలిసినతరువాతైనా ఆపని మానేస్తావా?

లిండీ—మానను. దానివల్ల నీకేంలాభము లేదు.

క్రోగ్—లాభమా!—లాభమో నష్టమో. నేనైతే తప్పక మానేసివుందును.

లిండీ—నాకు ప్రపంచకంలో కష్టపడి వివేకంతో బ్రతకడం తెలుసును. కష్టపరంపరలు నాకు దాన్ని బాగాబోధపరిచాయి.

క్రోగ్—మిసిమిమాటలను నమ్మవద్దని నాజీవితానుభవంకూడా నాకు చెప్పింది.

క్రాగ్——అంట :

లిండీ——నువ్వ "భంగమైన నౌకయందలి నావికుని వలె నౌక భగ్నశకలమును పట్టుకొని దేవులాడుతున్నా" నని అన్నావు.

క్రోగ్——అలాగు అనడానికి నాకు కావలసినంత కారణ ముంది.

లిండీ——సరే. నేనున్ను భంగమైన నౌకయందలి నావికునివలె నౌక భగ్నశకలమును పట్టుకొని దేవులాడుతున్నా ను——నన్ను గూర్చి విచారించడానికి గాని సంరక్షించడానికి గాని యెవరూ లేరు.

క్రోగ్——అది నువ్వే చేసుకున్నావు.

లిండీ——అప్పుడు చేసుకోడానికి మరొకదారి లేకపో యింది.

క్రోగ్——అయి తే యిప్పుడో ?

లిండీ——నిల్స్ ! మనయిద్దరం నౌకాభంగనావికులము ఒకదగ్గిర కూడినట్లైతే ?

క్రోగ్——నువ్వేమిటంటావు ?

లిండీ—పనిలేని జీవనం నాకు దుర్భరముగా నుంటుంది. నాకు జ్ఞానమున్నంతమట్టుకు నే నెప్పుడూ పనిచేస్తూనే వుండే దాన్ని. అదే నాకు పరమానందం. కాని యిప్పుడు నే నీప్రపంచకంలో నేకాకినై యున్నాను. నాజీవితమంతా డొలకవలె నుంది. నేను త్యక్తజీవినిగా కనిపిస్తున్నాను. ఎవరికోసంవారు కష్టపడడం యెంతమాత్రం సంతోషకరం కాదు. నిల్స్! నాకెవరి నేనాయిచ్చి నాకు కొంతపని కల్పించు.

క్రోగ్—నే నామాటనమ్మను. నువ్వుచేసిన త్యాగము స్త్రీలయొక్క అమేయస్వార్థరాహిత్యప్రకటనాభిలాషచేత కలుగుతుంది.

లిండీ—అట్టిదేదయనా నువ్వునాయందు కనిపెట్టేవా ?

క్రోగ్—నిజంగా నువ్విట్టిత్యాగం చెయ్యగలవా ? చెప్పు. నాగడచిన జీవితమునుగూర్చి నీకేమైనా తెలుసునా ?

లిండీ—తెలుసును.

క్రోగ్—ఇక్కడ నన్నుగూర్చి ప్రజ లేమిటనుకుంటున్నారో నీకు తెలుసునా ?

[illegible]
వా? అవునలాగే అనుకుంటాను. నీముఖంలో అది కనబడు తున్నది. నిజంగా నీకు దానికి ధైర్యముందా ?

లిండీ—నా కెవరినైనా పిల్లలనుపెంచి పెద్దచేసి, వారికి తల్లిగావుండాలనుంది. ఇప్పుడు నీబిడ్డలకు తల్లి లేదు. మన మొక రికొకరమవసరము. నిల్స్ ! నీశీలమునుగూర్చి నాకు గాఢమైన నమ్మకముంది. నిన్ను గూడి నే నెట్టిపనినైనా సాధించగలను.

క్రోగ్—(ఆమె చేతులను గట్టిగాపట్టుకొని) క్రిసైనీ! నీకు వందనములు. ప్రపంచంలో నాప్రతిష్ఠ నిలుపుకోడానికి ప్రయత్నిస్తాను. అయ్యో ! అన్నట్టు మరచిపోయాను—

లిండీ—(విని) ఊరుకో! టరంటలానృత్యం అవుతున్నాది. వెళ్ళిపో. వెళ్ళిపో.

క్రోగ్—ఎందుచేత? ఏమిటది ?

లిండీ—వారిమాటలు వినబడుతున్నాయా ? అదయిపోయిన తరువాత తిరిగీ వాళ్లు వెళ్ళిపోవస్తారు.

క్రోగ్—అవునవును. నేను వెళ్ళిపోతాను. కాని లాభం లేదు. నోరాటోర్వాల్డులగూర్చి నే నేమిచేశానో నీకు తెలియదు.

నలైతే !—

లిండీ—నువ్వు చెయ్యలేవు. నీవుత్తరం ఉత్తరాలపెట్టెలో నింకాపడి వుంది.

క్రోగ్—నిజమేనా ? నీకు బాగా తెలుసునూ ?

లిండీ—నాకు తెలుసును. కాని—

క్రోగ్—(పరీక్షాదృష్టితో నామెవైపు చూచి) అదే నా నువ్వన్నమాట కర్థం ? ఎలాగైనా నీస్నేహితురాలను రక్షించాలని చూస్తున్నావు ? యదార్థంగా చెప్పు. అదేనా ?

లిండీ—నిల్స్! ఒకసారి తన్నొకరికై విక్రయించుకున్న స్త్రీ తిరిగీ తన్ను తాను విక్రయించుకోగలదా ?

క్రోగ్—నావుత్తరం యిచ్చిమని అడుగుతాను.

లిండీ—వద్దు. వద్దు.

క్రోగ్—లేదు. తప్పకుండా తీసుకుంటాను. హెల్మరు వచ్చిందాక నేనుంటాను. నావుత్తరం నాకిచ్చిమనిన్ని—అది నాబత్తరపువిషయమనిన్ని—చదవకుండా యిచ్చిమనిన్నీ, అడుగుతాను.

శాను. [illegible]
సంశయాస్పదమైన సంగతులు చూశాను. ఇదంతా హెల్మరునకు తెలియాలి. ఈకష్టతరమైన రహస్యం బహిరంగపరచాలి. ఒకరినొకరు చక్కగా తెలుసుకోవాలి. అసత్యపుంజముల కాకరమైన యీమూతముంపులలో చక్కగా తెలుసుకోవడం కష్టం.

క్రోగ్—సరే. నువ్వా కార్యభారం వహిస్తే. కాని నేనొక్కకార్యంమాత్రం చెయ్యగలను. అది వెళ్ళేనవెంటనే చేస్తాను.

లిండీ—(విని) నువ్వు తొందరగా వెళ్ళిపోవాలి. నాట్యం అయిపోయింది. ఆలస్యమైతే క్షేమంకాదు.

క్రోగ్—నీకోసం నేను క్రింద నిలబడతాను.

లిండీ—అలాగే ఉండు. నువ్వు నన్ను మాయింటికి దిగబెట్టాలి.

క్రోగ్—ఇంత అద్భుతావహమైన అదృష్టం నాకెప్పుడూ పట్టలేదు. (వీధిద్వారముగుండా బయటికిపోవును. గదికి సావడికి మధ్యనున్న ద్వారము తెరవబడియుండును.)

హెల్మరుయొక్కయు నోరాయొక్కయు కంఠస్వరములు బయటి కి వినబడును. తాళముతీసి హెల్మరు బలవంతముగా నోరాను సావడిలోనికి తీసుకొని వచ్చును. ఆమె యిటలీదేశపు దుస్తులు దాల్చి నల్లని పెద్దశాలువ కప్పుకొనియుండును. అతడు సాయంత్రపు దుస్తులలో నుండును. నల్లని అంగరఖా గుండీలు లేక విప్పబడియుండును)

నోరా—(ద్వారములో నీడిగిలబడుతూ అతనితో పెనుగులాడును) వద్దు. వద్దు. నన్నుతీసికొని వెళ్ళకండి. నాకు మేడమీాదికు పోవాలనుంది. నా కింతవేగం రావాలని లేదు.

హెల్మ—కాని నాప్రియా ! నోరా !—

నోరా—నామాటవినండి నాథా ! మరొక్కగంట.

హెల్మ—మరొకనిమిషమైనా వీలులేదు. నాముద్దుల నోరా ! మన ఒప్పందమేమిటో నీకు తెలుసును గదా. రా. గదిలోనికి రా. ఇక్కడుండడంచేత నీకు శైత్యంచేస్తుంది. (ఆమె యీాడిగిల బడుతున్నా అతడు నెమ్మదిగా. నామెను గదిలోనికి చేర్చును.)

తో చూడాల నున్నాను.

నోరా——నాకోసమేనా నిరీక్షించుకొని కూర్చున్నావు?

లిండీ——అవునమ్మా! నేను చాల ఆలస్యంగా వచ్చాను. నేను వచ్చిటప్పటికి మీరప్పుడే మేడమీదకు వెళిపోయినారు. మిమ్మన్ని చూడకుండా నేను వెళ్ళగూడదని కూర్చున్నాను.

హెల్మా——(నోరా కప్పుకున్న శాలుతీసేసి) ఆమెతట్టు బాగా చూడండి. ఆమెను చూడవలసిందికాదూ? లిండీదేవి గారూ! ఆమె అందంగా లేదూ?

లిండీ——అవును. ఆమె చాలా బాగుంది.

హెల్మా——ఏం చాలబాగా లేదూ? నృత్యందగ్గర ఆమె నుచూసి వాళ్ళందరూ అలాగే అన్నారు. కాని ఆమె కెప్పుడూ తనయిష్టమే చెల్లాలి. ఈముదుగుమ్మకి. మే మేంచెయ్యడం. మీరు చెప్పతే నమ్మరు. నే నెంతో కష్టంమీద యిక్కడకు తీసుకొచ్చాను.

నోరా——నాథా! "మరొక్క గంటైనా అక్క దుండనిచ్చానుకాసే" అని మీరే విచారిస్తారు.

టుంటే; అనుకున్నకంటే అనేకరెట్లు బాగుంది. ఇంకా అక్కడా మెనుండనిచ్చి, కలిగిన ఆనందాన్ని నశింపజేస్తానా? ఎంతమాత్రంచెయ్యను. హాఅందమైన కేప్రీకన్యను—నాపిచ్చికేప్రీదేశపు కన్యను— నేనుతీసుకుని వెలిపోవచ్చాను.ఎత్తుకుని గదిలోనుండి ఒక్కదాటు దాటివచ్చాను. నవలలో చెప్పినట్టుగా అందమైన భూతమదృశ్యమైపోయింది. లిండీదేవిగారు! వెళ్ళిపోరావడం మంచిపని చేశాంకాదు. కాని దీన్నంతా నోరాకు బోధపడేటట్టు చెయ్యలేను, పాపం! ఈగది వేడిగానుంది (తన అంగరఖాను కుర్చీమీద పారవైచి తనగదితలుపు తెరచును.), అయ్యో! ఇక్కడంతా చీకటిగానుంది. క్షమించండి. (అతడు లోపలికి పోయి కొన్నికొవ్వొత్తులు వెలిగించును.)

నోరా—(తొట్రుపాటుతో నిశ్వాసరహితమైన అవ్యక్తస్వరముతో) ఏమియైంది?

లిండీ—(సన్నని స్వరముతో) నే నతనితో మాట్లాడేను..

నోరా—అతనితోనా మరి—

లిండీ—నోరా! దీన్నంతా నీభర్తతో నువ్వు చెప్పాలి

నోరా—సరే, క్రిస్టెనీ! ఇక నామట్టుకు నే నేంచెయ్యాలో నాకు తెలుసును. ఊరుకో—

హెల్మ—(తిరిగీ లోపలికివచ్చి) లిండీదేవిగారు! ఎలాగుంది?

లిండీ—చాల బాగుంది. నే నిప్పుడు సెలవుతీసుకుంటాను.

హెల్మ—ఏమిటప్పుడే? ఈనట్టు మీరు కుట్టిందేనా?

లిండీ—(చేతితో పట్టుకొని చూచి) అవును. సెలవు తీసుకుంటాను. నే నిప్పుడు కుట్టడం మరిచిపోయాను.

హెల్మ—అయితే మీరు కుట్టగలరన్నమాట?

లిండీ—అవును.

హెల్మ—మీరిక్కడ అంచు కుట్టవలసివుండెను.

లిండీ—అలాగా? ఎందకు?

హెల్మ—అది చాల అవసరము. నేను చూపిస్తాను చూడండి. ఎడంచేత్తో ఇలాగు అంచుపట్టుకోండి. కుడిచేత్తో

నుండదు. చూడండి. రాదుచేతులు ముడుచుకుపోతాయి. మీ
...నా కిందాగూడా కుట్లువస్తాయి. వాళ్లిచ్చింది మంచిద్రాక్షా
...రసమే.

లిండీ—సరే. సెలవు. నోరా! ఇంకా మొండిపట్టుపట్టకు!

హెల్మ—బాగా చెప్పారు లిండీదేవిగారు.

లిండీ—హెల్మరుగారు! సెలవు. నమస్కారము.

హెల్మ—(ద్వారందాక ఆమెతో వెళ్లి) నమస్కారము. నేనుంటాను. మీరింటికి క్షేమంగా చేరుకుంటా రనుకుంటాను. ...మీతో రావడం నాకు సంతోషమేగాని- మీరువెళ్లవలసినదిచాలదూరం లేదు. ఉంటాను. (ఆమె వెడలిపోవును. ఆమె వెడలిన పిదప హెల్మరు తలుపుమూసి తిరిగీ లోనికివచ్చును.) అన్నా! ...ఇప్పటికామెను వదలించుకున్నాము. అబ్బా, ఆవిడవస్తేసరి ...రామదంపు.

నోరా—నాథా! మీరలసిపోలేదూ?

హెల్మ—లేదు. ఎంతమాత్రంలేదు.

నోరా—నిద్దరైనా రావడంలేదా?

లనుంది.

హెల్మ—చూశావా? నిన్నక్కడ నుండనియ్యకపోవ డంలో నే నెంత మంచిపని చేశానో?

నోరా—నాధా! మీ రేదిచేసినా అదీ మంచికోసమే.

హెల్మ—(ఆమెనుదుటిపై ముద్దుపెట్టుకుంటూ) ఇప్పు డు నాముద్దులభరతపక్షి సవ్యంగా పలుకుతున్నాది. నేటిసా యంత్రం రాంక్ ఎంతసంతోషంగా నున్నాడో నువ్వుచూ శావా?

నోరా—నిజంగా? ఆనందంగా నున్నాడా? అతనితో నేను మాట్లాడనేలేదు.

హెల్మ—ఇంత ఆనందంగా అతన్ని నే నెప్పుడూ చూ డలేదు. (ఆమెవైపొక క్షణముచూచి ఆమెదగ్గరకు పోవును.) మనమట్టుకు మనం యింట్లో ఎవరూలేకుండా, నీవొక్కర్తెతో నే వుండడంనాకు చాల ఆనందం. నాముద్దుల మోహనాంగీ!

నోరా—అలాగు నాతట్టు చూడకండి నాధా!

హెల్మ—నాప్రియధనంవైపు నే నెందుకు చూడకూ డదు? ఆసౌందర్యమంతా నాదే. నాస్వంతం.

(సన్నని స్వరముతో) నోరా! ఒక్క క్షణంలో యీగదంతా నిశ్శబ్దంగా నుంటుంది.

నోరా—అవును కాబోలు!

హెల్మరు—అవును నా ముద్దుల నోరా! జ్ఞాపకముందా నీకు పూర్వం మనం కొందరి స్నేహితులతో కలసి షికారు వెళుతూ వుంటే నేను దూరంగానుండి, నీతో తర్చు మాట్లాడీవాణ్ణు కాను. అప్పుడప్పుడు నీ వైపొక దొంగచూపు చూస్తూ వుండీ వాణ్ణి. అదెందుకో నీకు తెలుసునా? మనమిద్దరం రహస్యంగా నొకరి నొకరు ప్రేమించుచున్నామని, నువ్వు నాకు ప్రధానం కాబడిన భార్యవనీ, మనసంబంధం గూర్చి ఎవరూ అనుమానించరనీ, నామట్టుకు నే ననుకునేవాడిని.

నోరా—అవునవును—నాకు తెలుసును. మీ తలపు లెప్పుడూ నామీదనే వుంటాయి.

హెల్మరు—మన మొకరినొకరు బాసి పోయినప్పుడు, నీసుందరమైన అంసప్రదేశమునందు—నీ నాగనైన కంఠరస్థీమయందు—శాలువ కప్పుతూ అప్పుడు నే ననుకునేవాడిని. నువ్వు

డింది. నేను మరి దాన్ని భరించలేక పోయాను—అందుకనే నిన్నింతవేగము తీసికొని వెళిపోవచ్చాను.

నోరా—టోర్వాల్డు! మీరుపోండి. నన్ను పోనియ్యండి నేను రాను—

హెల్మరు—ఏమిటది? హాస్యము చేస్తున్నావా. నా ముద్దులనోరా? లేక నేను నీభర్తనుకానా—? (వీధితలుపు. కొట్టుట వినబడును.)

నోరా—(ఉలికిపడి.) వింటున్నారా—?"

హెల్మరు—(సావడిలోనికివెళ్లి) ఎవరది?

రాంక్—(వెలుపల) నేను. ఒక్కక్షణం నేను లోపలికి రావచ్చునా?

హెల్మరు—(భయపడుతూ చిన్న స్వరములో) ఈవేళ ప్పుడు అతని కెంగావాలి. (గట్టిగా) ఉండు తీస్తున్నాను. (తలు పు గడియ తీయును.) రా! మంచిపని చేసేవు, ఈవైపుకువచ్చి కూడా తిన్నగా అలాగు వెళిపోకుండా.

ను న్నారు.

హెల్మరు—ఇవాళ మేడమీాద నువ్వు చాల అందం గాను, ఆనందంగాను కనబడ్డావు.

రాంక్—అవును. ఎందుకు కనబడను ? ఈప్రపంచకం లో మనుష్యు లెందు కానందించకూడదు? జరిగినంతకాలమైనా? సారాయము చాల బాగుంది.

హెల్మరు—అవు నన్నిటికంటే ద్రాక్షారసం చాల బాగుంది.

రాంక్—నువ్వుకూడ అలాగే అన్నా. నేను మానీడానికి యెంతప్రయత్నం చేశానో నువ్వు నమ్మవు.

నోరా—ఈరాత్రి టోర్వాల్డుగారుకూడా ద్రాక్షారసం చాల త్రాగేరు.

రాంక్—నిజంగా ?

నోరా—అవును. అప్పటనుండి వారి కానందంగానే వుంది.

రాంక్—రోజంతా కష్టపడి తరువాత ఎవరైనా సరే రాత్రి ఎందు కానందించకూడదు.

నోరా—డాక్టరుగారూ! మీ రీరాత్రి యెద శాస్త్ర పరిశీలనలో నిమగ్నమై పోయినట్టున్నారు.

రాంక్—అవునలాగే.

హెల్మరు—విను. విను. ముద్దులనోరా. శాస్త్రపరిశీలన గురించి మాట్లాడు తున్నాడి.

నోరా—అందుకు మిమ్మభినందించ మన్నారా?

రాంక్—నీయిష్టం.

నోరా—అయితే మీకిష్టమేనా?

రాంక్—తప్పకుండా—వైద్యుడికీ రోగికీకూడా మంచిదే.

నోరా—(తొందరగా పరిశీలనాదృష్టితో) నిశ్చయంగానా?

రాంక్—ముమ్మాటికిన్నీ. అందుచే ఈసాయంత్రం ఆనందంగా గడపడానికి నాకు హక్కు లేదూ?

నోరా—డాక్టరుగారు! లేకేం. ఉన్నాది.

హెల్మరు—నేను కూడా అలాగే అనుకుంటాను. దానికి తగిన ప్రతిఫలం తెల్లవారగానే అనుభవించ కుండావుంటే.

నోరా—వచ్చే ప్రదర్శనంలో మనమిద్దరం మెలాంటి వేషాలువేసి యేయే దుస్తులు ధరించాలో చెప్పండి ?

హెల్మరు—అయ్యో ! తుంటరిదానా ! అప్పుడే వచ్చే ప్రదర్శనం గూర్చి అలోచిస్తున్నావా ?

రాంక్—మనమిద్దరమున్నా ? సరే చెప్తాను. నువ్వొక దేవతవేషం వేద్దువుగాని—

హెల్మరు—సరే. దానికి తగిన దుస్తులేమిటి చెప్పవు?

రాంక్—సిభార్య గోజూ ఏబట్టలు కట్టుకుంటున్నాదో అవే కట్టుకుని వెళ్లసి.

హెల్మరు—అవును. చాలాబాగా చెప్పావు కాని నీ సంగతేమిటో చెప్పేవుకావు ?

రాంక్—నామట్టు కప్పుడే నే నేదో ఆలోచించు కున్నాను.

హెల్మరు—ఏమిటది ?

రాంక్—మళ్లీ నర్తనప్రదర్శనంనాటికి నేను కనబడను.

హెల్మరు—చాలా మంచివేషమే !

9

యాను. హెల్మర్! నాకొకచుట్ట యియ్యవూ—మంచిపాటా కుచుట్ట.

హెల్మరు—ఎంతో సంతోషంతో. (చుట్టపెట్టె నతని చేతికిచ్చును.)

రాంక్—(ఒకచుట్టతీసి దాని కొసను గోసివేయును.) నమస్కారము.

నోరా—(అగ్గిపుడక వెలిగించి) ఇందండి. ముట్టించండి.

రాంక్—నీకుకూడా వందనములు. (అతడు చుట్ట వెలిగించుకున్నదాకా ఆమె అగ్గిపుడక పట్టుకొనును.) సెలవు.

హెల్మరు—మంచిది. మంచిది. ప్రియమిత్రమా!

నోరా—డాక్టరుగారూ! చక్కానిద్రపోండి.

రాంక్—నీకోరికకు చాల సంతోషము.

నోరా—నాకుగూడా అట్టిది కోరండి.

రాంక్—నీకున్నా? నన్నుబాగా పడుకోమన్నావు! నువ్వగ్గిపుడక వెలిగించినందుకు వందనములు. (అతడు తలనూచి వెడలిపోవును.)

హెల్మరు—ఉత్తరాలపెట్టె ఖాళీచేద్దామని. అది నిండా నిండిపోయింది. రేపుప్రొద్దుట వార్తాపత్రిక వెయ్యడానికి జాగా లేదు.

నోరా—ఈరాత్రి యింకా మీరు పనిచేస్తారా ?

హెల్మరు—చెయ్యను. చెయ్యను. నీకు తెలియదూ! ఇదేమిఃటిది ? ఎవరో కప్పతియ్యడానికి ప్రయత్నంచేశారు ?

నోరా— తాళంకప్పా ?

హెల్మరు—అవును, ఎవరో. కాని దీని అర్థమేమిటి ? దాసీ తీసిందనుకోడానికి వీలు లేదు. ఇదిగో ఇక్కడొక శిఖసూది విరిగిపోయింది. నోరా ! అది నీదానిలాగేవుంది.

నోరా—(తొందరగ) అయితే పిల్లలై యుంటారు.

హెల్మరు—నువ్వు వాళ్ల నిటువంటిచేష్టలు చెయ్యనివ్వకూడదు. అన్నా ! తాళమెలాగో తీశాను. (ఉత్తరాల పెట్టెలోనున్నవానిని తీసి వంటయింటివైపుచూచి పిలచును) హెలన్. హెలన్. వీధిగుమ్మం దగ్గరున్న దీపమార్పు. (తనగది లోనికిపోయి సావడిలోనికున్న తలుపును మూసివేయును. చే

నోరా——రాంక్ వద్దనుండా ?

హెల్మరు——(వానితట్టుచూసి) డాక్టరురాంక్! అవి మీ
దనున్నాయి. అతడు వెళిపోయేముందు వేసి వుంటాడు.

నోరా——వాటిలో నేమైనా ప్రాసివుందా ?

హెల్మరు——అతని పేరుమీద నల్లని అడ్డుగురుతున్నాది.
చూడు ఎటువంటి విచారకరమైన ఆలోచనో? అతడు తన
మరణాన్ని సూచించినట్టు కనిపిస్తున్నాది.

నోరా——అతడిప్పుడు చెయ్యబోయేది అదే.

హెల్మరు——ఏమిటి? దాని గురించి నీకేమైనా తెలు
సునా? నీతో యేమైనాచెప్పాడా ?

నోరా——అవును. ఆకార్డులు మనదగ్గరకు వస్తే అదే
మనదగ్గిరనుండి సెలవు తీసుకోడమని చెప్పాడు. అతడు తలుపు
వేసుకొని ప్రాయోపవేశం చేస్తాడుకాబోలు.

హెల్మరు——అయ్యో ! నాస్నేహితుడా ! నాకు తెలు
సును. అతడు చాలకాలం బ్రతుకడని కాని యింతవేగమా.
అయి తే ఒకవింతజంతువులాగు దాగుంటాడు.

[illegible]

హెల్మరు—(ఆమె నుదుటిపై ముద్దుపెట్టుకుంటూ) సరే. నావసంతకోకిలా! చక్కాపడుకో. నోరా! నాపుత్తరాలు నేను చదువుకుంటాను. (అతడు ఉత్తరాలు తీసికొని తన గదిలోనికిపోయి తలుపుమూసివేయును)

నోరా—(చీకటిలో నిటునటు వెదకుతూ హెల్మరు యొక్క అంగరఖాపట్టుకొని తనమొగంమీద కప్పుకొని తొందరతొందరగా బొంగుపగొంతుకతో ఉండీ ఉడిగీ వినీవినిపించనట్లు తనలోతాను పలవరించును.) అతన్ని మరిచూడకూడదు. ఎప్పటికీ ఎప్పటికీ (ఆమె తనశాలువను తనతలపై కప్పుకొనును.) నాపిల్లలను చూడకూడదు. తిరిగీ ఎప్పటికైనను- ఆహా! ఆ మంచుతో కప్పబడిన నల్లనినీరు- ఎన్నరానిలోతు- ఇదైపోతేనే! అదిగో యిప్పుడు తీశారు- చదువుతున్నారు. టోర్వాల్డునకు నాబిడ్డలకు స్వస్తి. (ఆమె సావడి గుండాపరుగెత్తి పోవుటకు సిద్ధముగా నుండును. అప్పుడు హెల్మరు తొందరతొందరగా తనతలుపుతీసి ఒకవుత్తరం పట్టుకొని నిలబడును.

హెల్మరు—నోరా!

హెల్మరు—(ఆమె వెళ్ళిపోకుండాపట్టుకొని) ఎక్కడికివెళ్ళి పోతున్నావు ?

నోరా—(విడిపించుకొనప్రయత్నంచేస్తూ)మీరు నన్ను రక్షించకండి.

హెల్మరు—(వెనక్కుతిరిగి) నిజమేనా? నేను చదివిన సంగతినిజమేనా ? దారుణము ! లేదులేదు. అసంభవము. అలా జరిగుండదు

నోరా—నిజమేను. మిమ్ము నేనంతగాఢంగా ప్రేమించాను.

హెల్మరు—చాలులే. ఇటువంటిపనికిమాలిన సమాధానాలు చెప్పకు.

నోరా—(అతనివైపు ఒకఅడుగుపెట్టి) టోర్వాల్డు—

హెల్మరు—దౌర్భాగ్యురాల ! ఏమిటిచేశావు ?

నోరా—నన్ను పోనియ్యండి. నాగురించి మీరు బాధపడనద్దు మీరేమి భారం వహించకండి.

నోరా—(అతనివైపు నిదానించిచూస్తూ ఆమెపలుకులవల్ల క్రమక్రమముగా నామెముఖమునందలి వికాసవిహీనత తెలియజేయును.) అవును. నాకిప్పుడదంతా బాగా తెలుస్తున్నాది.

హెల్మరు—(గదిలోనిటునటుపచారుచేస్తూ) ఎట్టిదారుణప్రబోధము ఈ యెనిమిదిసంవత్సరాలై - నాసంతోషగర్వాతిశయములకు కారణమైనది—ఒక కుత్సితస్వభావ—అసత్యవాది—దొంగకన్నాతక్కువ—అనిర్వచనీయమైన దారుణశూలము—అవమానము. అవమానము. నోరా నిరుత్తరయై యాతనివైపు నిదానించిచూచును (అతడామెముందునాగి) ఇట్టిదేదో జరుగుతుందని నేననుమానించవలసింది నేను ముందాలోచించవలసివుండెను. నీతండ్రికేమీకట్టుదిట్టము లేకపోవడము నిన్నింతకు తెచ్చింది. ఒకమతమూ, ఒకనీతా, కర్తవ్యతాబాధ్యతా, ఏమీలేదు. శుద్ధశూన్యం—దాన్ని నేను చూసీచూడనట్లు ఊరుకోడంచేత నాకెలాంటిశిక్షైంది. అదంతా నీకోసంచేశాను ఆచేసినదానికి ప్రతిక్రియ యిది.

నోరా—అవునదేను.

నైతే అదిచేస్తాడు. వానికేదికావలిస్తే అది అడుగుతాడు. వాని కెలాగుబుద్ధిపుడితే అలాగాజ్ఞాపిస్తాడు—నేను కాదనడానికి వీలు లేదు. అనాలోచనపరురాలైన ఒకకాంతకారణముచే నేనుదుఃఖభాజనమైన పాతాళలోకమునకు క్రుంగిపోవాలి.

నోరా—నే నిక్కడనుంచి పోతే మీకిదంతా తప్పిపోతుంది.

హెల్మరు—ఇటువంటి మిసిమిమాటలుతీసే. మీనాన్న కూడా యిటువంటివనేకం చెప్పేవాడు. నువ్వన్నట్టు నువ్వువెళ్ళిపోతేమాత్రం నాకేంలాభం? ఏమీలేదు. వాడదిలోకమంతా వెల్లడిచేసేస్తాడు. వాడలాగుచేస్తే నువ్వుచేసినదానిలో నేను కూడావున్నానని—అసలుదీనికిప్రోత్సాహం చేసినవాడిని నేనే అని అనుకుంటారు. దీనికంతటికి నిన్ను నే నభినందించవలసివుంటుంది—నాసంసారసౌఖ్యకాలమంతా ఎవరిని ప్రేమించానో, అట్టినువ్వు, నాగురించి యేమిటిచేశావో తెలిసిందా?

నోరా—(వికాసరహితంగా, నెమ్మదిగా) తెలిసింది.

హెల్మరు—నేనది నమ్మడానికి తగనంత సందేహాస్పదంగానుంది. మనమిద్దర మేదోసమాధానానికిరావాలి. శాలూతీసే.

నమ్మను. నేను గాఢంగా ప్రేమించినవనిత కిలాగు చెప్పడం. ఎవరైనై తే యిప్పటికిన్నీ నేను— లేను. అదంతా సరి. ఇంతనుండి మనకు కావలసినది ఆనందం కాదు. మనం చెయ్యవలసినదల్లా పోయిన ప్రతిష్ఠ నిలుపుకోడమే. అంతమాత్రం లోకానికా సంబంధం కనబడట్టు—(వీధిద్వారం వద్ద గంట మ్రోగును.)

హెల్మరు—(ఉలికిపడి) ఏమిటిది ? ఇంతరాత్రప్పుడు ? ఏదో వుపద్రం—? అతడే—? నోరా! నువ్వు కప్పేసుకో. నీవంట్లో బాగు లేదని చెప్పు.

(నోరా నిశ్చలముగా నిలబడును. హెల్మరు పోయి సావడి తలుపు తాళము తీయును.)

దాసి—(బట్టకట్టుకుంటూ ద్వారము వద్దకు వచ్చును.) అమ్మగారికొక జాబు వచ్చింది.

హెల్మరు—తే. నాకిచ్చి. (ఉత్తరం తీసుకొని తలుపు మూసివేయును.) అవును. వాని దగ్గరనుండే. ఇది నీకివ్వను. నేను చదువుతాను.

నోరా—సరే చదవండి.

న్నట్లుచూచెను.) నోరా! తిరిగీ నేను మరొకసారిచదువుతాను—అవును. నిజమే. నేను బ్రతికాను నోరా! నేను బ్రతికాను.

నోరా—మరి నేనో ?

హెల్మరు—నువ్వుకూడాను. మనిద్దరం బ్రతికాము. నువ్వూ నేనున్నూ, ఇదిగో నీదస్తావేజు నీకుతిరిగీ పంపివేశాడు. ఇదివరలో జరిగినదానికి తాను విచారిస్తున్నానని—పశ్చాత్తాప పడుచున్నానని—తనజీవితంలో నొకమార్పువచ్చిందని—ఏమేమో వ్రాశాడు. దానిమాటకేం లే. మనంమాత్రం బ్రతికాము నోరా! ఇకను మననెవ్వరు ఏమీ చెయ్యలేరు. ఓహో! నోరా! నోరా! - లేదు. మొదట నీయసహ్యకరమైన వస్తువులను కాల్చివెయ్యాలి. ఏదీ - (దస్తావేజుపై పొకసారిచూచి) ఛీ! ఛీ! చూడకూడదు. ఇదంతా ఒకపీడకలలాగుంది. (ఉత్తరాలను దస్తావేజునుచింపి వెలుగుతున్న స్టవ్వులో పడవైచి కాలుట చూచుచుండును.) అన్నా- అది మరేంలేదు. క్రిస్టమస్ ముందు నాటినుండీఅని వ్రాశాడు. ఈమూడురోజులలో నువ్వెంత ఆం దోళనపడి కష్టపడ్డావో నోరా!

కొట్టుకుందాం. రా. నోరా! నామాటవిను. అదంతా అయి పోయిందంటే నువ్వు నమ్మనట్లు కనిపిస్తున్నాది. ఏమిటిది?- ఈవికాసవిహీనమైన మొగమేమిటి? అయ్యో' పాపిచ్చిదానా! నాకిప్పుడు తెలిసింది. నేను క్షమించానని యింకా నువ్వు నమ్మ వుగదా' కాని అది సత్యము. నేను ప్రమాణంచేస్తాను. నమ్ము. నిన్ను నేను క్షమించాను. నాకు తెలుసును. నువ్వు చేసినదంతా నాయందలి ప్రేమచేతనే.

నోరా—అది నిజము.

హెల్మరు—భార్య భర్తను ఎలాగు ప్రేమించాలో అలాగు నువ్వు నన్ను ప్రేమించావు. అయితే అదిఎలాగు చెయ్యాలో తెలుసుకోడానికి నీకు తగినంత ఆలోచన లేకపోయింది. ఆకారణంచేత నీయందు నాకేమీ ప్రేమతగ్గిందనుకుంటావా? నీ పూచీమీద ఎలాగు నిర్వర్తించడమో నీకు తెలియకపోవడంచేత?కాదు. ఎంతమాత్రంకాదు. రా. నామీద చేరబడు. ఎలాగు చెయ్యాలో నేను సలహాచెప్తాను. ఈఅబలలకుండవలసినసహజమైన అసహాయత్వముచేత నువ్వునాకు మరింత ఆనందం కలగ

నములు

(ఆమె ద్వారముగుండా కుడివైపుపోవును.)

హెల్మరు—చక్కగ. వెళ్ళుకు. (లోపలివైపు చూచును.) లోపల ఏమిటిచేస్తున్నావు ?

నోరా—(లోపలినుండి) నావేషం విప్పేస్తున్నాను.

హెల్మరు—(తెరచిన ద్వారమువద్ద నిలబడి) అవునలాగుచెయ్యి. నీమట్టుకునువ్వు శాంతిపొంది మనస్సు స్థిమితపరుచుకో. నాపిరికికోకిలా! విశ్రాంతి తీసుకో. నెమ్మదిగానుండు. నిన్ను సంరక్షించడానికి నాకు పెద్దరెక్కలున్నాయి' (గుమ్మమువద్ద వెనుకకూ ముందుకూ పచారుచేయును) మనయింట్లో, యిక్కడెంతవెచ్చగాను హాయిగానువుందో. నోరా! ఇదిగో నీవిశ్రాంతిస్థలము. డేగనుండి రక్షింపబడిన పావురాపిట్టలాగు ఇక్కడ నిన్ను రక్షిస్తాను. ఆందోళనచే కొట్టుకుంటూవున్న నీ గుండెకు శాంతిచేకూరుస్తాను. అది క్రమక్రమముగా తగ్గుతుంది. నామాటనమ్ము నోరా! రేపుప్రొద్దుట యిదంతా మారిపోతుంది. పూర్వం ఎలాగుందో అలాగేవుంటుంది. అప్పుడు నేను

యపూర్వకంగా, యమీఅనకుండా క్షమించడంలో—వర్ణించ నలవికాని మధురతరానందం మగవానికి కలుగుతుంది ఆమెను పూర్తిగా తనసొత్తు చేసుకున్నట్టే ఆమెకు నూతనజీవితమిస్తాడు. అప్పుడొకవిధంగా నామె, అతనికి భార్యగాను బిడ్డగాను కూడా వుంటుంది. నాచకితవిహంగమా! నిస్సహాయురాల! ఇప్పుడు నువ్వు నాకలాంటిదానివే దానిగూర్చి యేమి చింత పెట్టుకోకు. నాకు నిష్కపటంగా నీహృదయమిచ్చి. అప్పుడు నీకు బుద్ధిగాను ఆలోచనగాను కూడానుంటాను. ఇదేమిటిది? ఇంకా పడుకోలేదు? నీబట్టలను మార్చుకున్నావా?

నోరా—(సాధారణపు దుస్తులతో) ఆఁ! నాదుస్తులను మార్చుకున్నాను టోర్వాల్డు!

హెల్మరు—కాని యెందుకేమిటి? - ఇంతరాత్రప్పుడు?

నోరా—నే నీరాత్రి నిద్రపోను.

హెల్మరు—కాని యీవేషమేమిటి నోరా!

నోరా—(తనవాచీతట్టుచూచి) ఇంకా చాలరాత్రి కాలేదు. టోర్వాల్డు! ఇక్కడకూర్చో. మన మొకరికొకరకము

మీతో చాలచెప్పాలి.

హెల్మరు—(ఆమెకెదురుగా మేజాపైకూర్చుండును.) నిన్నుచూస్తే నాకు భయంవేస్తున్నాది. నోరా! నీసంగతేమిటి నాకు బోధపడలేదు.

నోరా—లేదదేనూ. నాసంగతి మీకు బోధపడలేదు. మీసంగతి నాకు బోధపడలేదు. ఈరాత్రివరకు నన్ను మధ్య నాపకండి. నేను చెప్పేదంతా వింటూవూరుకోండి. టోర్వాల్డు! ఇంతతో మన మొకరికొకరము తెగతెంపులు చేసుకోవలసిందే.

హెల్మ—నువ్వన్నమాటకు నా కర్థంకాలేదు.

నోరా—(కొంచెముసేపూరుకొని) మన మిద్దరం యీలాగు కూర్చోడంలో మీ కేమీవింత కనబడలేదూ?

హెల్మ—ఏమిటది?

నోరా—మన వివాహమై యెనిమిదిసంవత్సరాలైంది. ఇప్పటికను మనమొకసారైనా భార్యాభర్తలలాగ మనసువిడిచి సంభాషించుకున్నామా? ఇదే మొదటిసారికాదా?

హెల్మ—మనసువిడిచి అంటే నీఅర్థం యేమిటి?

యిం గూడా నతి చప్ప నలల బద్ధలచెయ్యమన్నావా ?

నోరా—మీకచీరీసంగతి గురించి నేను మాట్లాడమన లేను. ఒకరిహృదయాంతరాళంలో నున్న విషయాన్ని ఒకరు తెలుసుకోవాలని ఉత్సాహంతో ఒకనాడైనా కూరుచున్నామా ? లేదు.

హెల్మ—కాని ప్రియా ! నోరా ! దానివల్ల నీకేమి లాభము ?

నోరా—అదేను. మీరు నన్నెప్పుడూ తిన్నగా బోధపర్చుకోలేదు. నన్ను మీ రన్యాయంచేశారు. ఇద్దరూ—మొదట అప్పగారు తరువాత మీరు.

హెల్మ—ఏమిటి ? మే మిద్దరమున్నా ? ప్రపంచంలో అందరికంటే నిన్ను హెచ్చుగా ప్రేమించిన మే మిద్దరమున్నా ?

నోరా—(తల నడ్డముగా నూపుచు) మీరు నన్నెప్పుడూ ప్రేమించలేదు. నాతో స్నేహంగా నుండడమే మీ కానంద మనుకున్నారు.

మును చెప్పుతూ వుండేవారు. అందుచే నాకూ ఆవుద్దేశమే వుండేది. ఒకవేళ వుద్దేశభేదమున్నా అతని కిష్టంగా నుండదని నేను తెలియబరిచేదాన్నికాను. అతను నన్ను బొమ్మపిల్లా అని పిలిచేవాడు. నేను బొమ్మలతో ఆడుకున్నట్టే అతను నాతో ఆడుకునేవాడు. నేను మీతో కలిసివుండడానికి వచ్చిన తరువాత—

హెల్మరు—మన వివాహాన్ని గూర్చి యెటువంటి మాట వుపయోగించావు ?

నోరా—(అచంచలంగా) అంటే నావుద్దేశము అప్పగారి చేతుల్లోనుండి మీచేతుల్లోకి బదిలీచెయ్యబడ్డానని మీరంతా మీయిష్టానుసారంగా యేర్పాటు చేసేవారు మీఅభిరుచిప్రకారం. కాబట్టి నాకూ అదే అభిరుచి ఒకవేళ నాకిష్టం లేకపోయినా యిష్టమున్నట్టు నటించేదాన్ని. ఒక్కొక్కప్పుడిలాగ ఒక్కొక్కప్పుడలాగ. ఇదంతా ఆలోచించుకొని చూస్తే నాజీవితమంతా కూటికీ గుడ్డకీ కష్టంమీద గడుస్తున్న నిరుపేదరాలి జీవితంలాగుంది. టోర్వాల్డు! మీకోసం నేనీవిద్యలు చెయ్యడానికున్నట్టే కనిపిస్తున్నాది. కాని మీకదే చాల యిష్టం. మీరున్నూ అప్పగారున్నూ నాయెడ గొప్పఅపచారం

[illegible]
సౌఖ్యంగా నున్నాననుకునేదాన్ని. కాని నిజంగా నే నెప్పుడూ అలాగుండడం లేదు.

హెల్మ—లేవు? సౌఖ్యంగా లేవు?

నోరా—లేను. ఆనందంగా మాత్రమే వుండేదాన్ని. మీరు నాయందు మిక్కిలి దయగా నుండేవారు. కాని మనయిల్లు ఆటభూమిలాగు మాత్రమే వుంది. నే నింటివద్ద అప్పగారి బొమ్మ పిల్లలాగ ఎలాగున్నానో, అలాగే నేను మీకు బొమ్మపెండ్లాములా గున్నాను. ఇక్కడ నీపిల్లలే నా బొమ్మలు. పిల్లలు నాతో ఆడుకుంటే వారి కెలాంటి సరదాగా నుండేదో, ఆలాగే మీతో ఆడుకుంటే నాకు సరదాగానే వుండేది. టోర్వాల్డు! ఇది మన వివాహఫలితము.

హెల్మ—నువ్వు చెప్పినదానిలో కొంచెం సత్యముంది. చాలమట్టుకు అతిశయోక్తియైనా. కాని యికముందునుండి యిలాగుండదు. ఆటకాలం ముగిస్తుంది. అధ్యయనకాలం ప్రారంభిస్తుంది.

నోరా—ఎవరి అధ్యయనకాలము? నాదా? పిల్లలదా?

ఎలాగుతగుదును.

హెల్మ—నోరా!

నోరా—ఒకగడియక్రిందట నువ్వామాట చెప్పలేదు? నన్నునమ్మి పిల్లలను సంరక్షణలో నుంచనని?

హెల్మ—కోపంవచ్చి అంటే ఆమాటకంతపట్టింపా?

నోరా—అవును. నువ్వు చెప్పినదినిజమే. నే నాపనికి తగను. నేనుచెయ్యవలసినపని యింకా మరొకటుంది. నామట్టుకు నేనే విద్యనభ్యసించాలి- ఈవిషయంలో నీసహాయం నాకక్కరలేదు. నామట్టుకు నేనే విద్యనభ్యసించాలి. ఆకారణం చేతనే నిన్ను ఇప్పుడు నేను విడిచి పెట్టేస్తున్నాను.

హెల్మ—(ఒకగెంతు గెంతి) ఏమిటన్నావు?

నోరా—నన్నుగూర్చి నాకుతెలియాలంటే నేనొక్కత్తెనే వుండాలి. ఆకారణంచేతనే నేను నీతోమరి వుండజాలను.

హెల్మ—నోరా! నోరా!

నోరా—ఇప్పుడే యీక్షణమే నీయింటనుండి వెళ్లిపోతున్నాను. నే నీరాత్రి క్రిసైనీయింట్లో వుంటాను.

హెల్మ—ఇదేమిపిచ్చే ?

నోరా—రేపు నే నింటికి వెళిపోతాను-అంటే నామునుపటింటికి. అక్కడ నాకుకావలసిన పనిచేసుకుంటాను.

హెల్మ—తెలివిమాలిన గుడ్డిదా !

నోరా—నేను కొంచెం తెలివిని సంపాదించుకోవాలి. టోర్వాల్డు!

హెల్మ—నీయిల్లూ, వాకిలి, మొగుడూ, పిల్లల్ని వది లీడ్డానికా ? లోకు లేమిటనుకుంటారో కొంచెమైనా ఆలో చించవు?

నోరా—అదంతా ఆలోచించడానికి నాకు వేళలేదు. నాకేదికావాలో నాకు తెలుసును.

హెల్మ—గుండె పగిలిపోతుంది. నీపవిత్రమైన విధులు నిర్వర్తించడం మానేస్తావు.

నోరా—నాపవిత్రమైన విధులేమిటనుకుంటావు ?

హెల్మ—అవి తిరిగే నేను చెప్పాలా ! నీభర్తయొకచు నీబిడ్డల యొడను నువ్వ నిర్వర్తించవలసిన పవిత్రమైనవిధులు లేవా ?

నోరా—దానిని నేనేమాత్రం నమ్మను. నేనూ నీలాంటిమనిషినే అనిన్నీ - కాకపోతే యెలాగైనా మనిషిని కాడానికి ప్రయత్నించవలెననిన్నీ నామాఖ్యోద్దేశం టోర్వాల్డు! లోకులు నువ్వుచెప్పినట్టే చెప్తారనిన్నీ, పుస్తకాల్లోగూడా అలాగే ఉందనిన్నీగూడా నాకు తెలుసును కాని నామట్టుకు నేనాలోచించుకొని దాన్నంతా తెలుసుకోవాలి.

హెల్మ—ఇంట్లో నీస్థానమేదో నువ్వు తెలుసుకోవా? ఇటువంటి విషయాల్లో నీకు తగిన మార్గదర్శిలేదా? నీకేమీ మతములేదా?

నోరా—టోర్వాల్డు! నాకు మతమంటే యేమిటో సరిగా తెలియదు.

హెల్మ—ఏమిటంటావు?

నోరా—నేను నిశ్చయం తెలుసుకోవాలంటే, పూజారులేమిటి చెప్తారో దానికంటే హెచ్చు తెలియదు. వాళ్లు మతమంటే 'ఇది, అది' అని ఇంకేమిటో చెప్తారు. ఇక్కడనుండి వెళ్లిపోయి నేనొక్కర్తనే వున్నప్పుడు ఆసంగతికూడా ఆలోచి

దారిలో వెళ్ళలేకపోతే నన్నైనా ప్రబోధించనీ. నీవు నైతికజ్ఞాన ముందనుకుంటారు. లేకపోతే- జవాబు చెప్పు- లేదనుకోమన్నావా ?

నోరా—టోర్వాల్డు! జవాబు చెప్పడానికదంత తేలికైన ప్రశ్న కాదు. నిజంగా నాకు తెలియనే తెలియదు. ఆసమస్యే నన్నాందోళన పెట్టేస్తున్నాది. నాకిదిమాత్రం తెలుసును. దాన్నే మన మిరువురము రెండు భిన్న పరిస్థితులనుండి చూస్తున్నాము. ఇప్పుడు నాకు తెలుస్తున్నాది. నే ననుకున్న కంటె పద్ధతులు భిన్నమైనవని. కాని నాకు మాత్రం పద్ధతులెంత మాత్రము సవ్యమని తోచలేదు. వానిప్రకారం కాంత జరాపీడితుడై మరణావస్థలో నున్నతనతండ్రిమనస్సునకు శాంతిగూర్చకూడదు. ప్రాణాపాయస్థితిలోనున్న తనభర్తప్రాణమును రక్షించగూడదు. ఇట్టి శాసనములందు నాకెంతమాత్రం నమ్మకము లేదు.

హెల్మరు—నువ్వు పసిబిడ్డలాగ మాట్లాడుతున్నావు. మనం ఉండేప్రపంచంయొక్క స్థితిగతులు నీకేమీ బోధపడ లేదు.

సన్నిపాతం చేసింది. నీకు మతి తప్పిపోయిందనుకుంటాను.

నోరా——ఈరాత్రివున్నంత నిర్మలంగాను, స్థిమితంగాను, నామనస్సు ఎప్పుడూ లేదు.

హెల్మరు——అయితే నువ్వ స్థిమితమైనమనస్సుతో నేనా, నిభర్తను పిల్లలను విడిచిపెట్టేస్తున్నావు.

నోరా——అవును.

హెల్మరు——అయితే యా ఒక్కదానికి సమాధానం చెప్పు.

నోరా——ఏమిటది ?

హెల్మరు——అయితే నువ్వ మరిసన్ను ప్రేమించడం లేదు ?

నోరా——లేదు. అదేకారణం.

హెల్మరు——నోరా ! నీకాౖమాటచెప్పడానికి ధైర్య ముంది ?

నోరా——టోర్వాల్డు! ఆమాట చెప్పడం నాతు చాల కష్టంగానేవుంది. నువ్వ న న్నెంతో దయతో చూస్తావుండే

నోరా—అత్యమూల్యమైన మనుష్యత మనుష్య [illegible]
చేసిన ఒప్పుదల. ఆకారణంచేతనే యిక్కడ నేను మనుండను.

హెల్మరు—నాయందలి నీప్రేమభంగం కావడానికి నేనేం జేశానో నువ్వు చెప్పగలవా ?

నోరా—ఆఁ. చెప్పగలను. ఈరాత్రి అవిపరీతమైన కార్యం జరిగినప్పుడే అప్పుడు నే ననుకున్నమనిషివి నువ్వుకావని తెలిసింది.

హెల్మరు—విపులంగా చక్కాచెప్పు. నాకేంబోధపడ లేదు !

నోరా—నేను ఓర్పుతో ఎనిమిదిసంవత్సరాలు గడిపాను. భగవంతునికే తెలుసును. నే నెలాగు ప్రతిక్షణం యీవిపరీతం జరుగుతుందని భయంతో నిరీక్షించానో, కట్టకడపటికి నేడీభయంకరదురవస్థ వచ్చింది. ఇకతప్పకుండా వృష్టంజరిగినట్టే అనుకున్నాను. క్రోగ్‌స్టాడ్‌వ్రాసిన వుత్తరం అందులోనున్నప్పుడు వాడుకోరిన షరతులకేమాత్రం నువ్వు ఒప్పుకుంటావనుకోలేదు. వాడిని 'నీయిష్టంవచ్చినట్టు చెయ్యి, లోకంలో చాటితే

నోరా—ఆతరువాత నువ్వు ముందుకువచ్చి భారమంతా నీమీద వేసుకుని 'ఈతప్పంతానాది' అని అంటావనుకున్నాను.

హెల్మరు—నోరా-!

నోరా—నీవల్ల నట్టిత్యాగాన్ని ఆసిస్తానని నువ్వనుకోలేదు. నేనుగూడ యెంతమాత్రం ఆసించలేదు. కాని నాబప్పుదలవల్ల నీకేంలాభం? ఆవిపరీతం జరుగుతుందని నేను తలచి భయపడ్డాను. అట్టిది జరుగకుండా వుండాలనే నేను ఆత్మహత్య చేసుకోవాలనుకున్నాను.

హెల్మరు—నేను సంతోషంతో రాత్రీపగలు కష్టపడి నోరా!- వచ్చే కష్టసుఖాలను భరిస్తాను. కాని ప్రపంచకంలో ఎవరును తాను ప్రేమించినదానిగూర్చి తనగౌరవాన్ని భంగం చేసుకోరు.

నోరా—అలాగు లక్షలకొలదీ స్త్రీలు చేస్తారు.

హెల్మరు—నువ్వు ఏమీతెలియని పిల్లలాగు యోజిస్తూ మాట్లాడతావు.

నేను నీపూర్వపుభరతపక్షిని, నీసాలభంజికను అదిఎప్పుడు విరిగిపోకుండా బద్దలైపోకుండా ఇంకనుండి పూర్వంకంటే రెట్టించిన జాగ్రత్తతో చూస్తావు. (లేచి) టార్వాల్డ్! ఈయెనిమిది సంవత్సరాలై పరాయిమనిషితోనుండి, అతనికి ముగ్గురు పిల్లలను కన్నానని యిప్పుడు నాకు తట్టింది- అయ్యో! అదితలచుకుంటే నేను భరించలేను. నామట్టుకు నేను ముక్కముక్కలుగా కోసేసుకోవాలనుంది.

హెల్మరు—(విచారముతో) అలాగా! మనయిద్దరికీ మధ్యనొక అఖాతము బయలుపడ్డాది. కాదంటే లాభంలేదు. కాని నోరా! అదిపూడ్చుడానికి వీలులేదా?

నోరా—ఇప్పటి పరిస్థితులనుబట్టి నీకు నేను భార్యను కాను.

హెల్మరు—నే నిప్పుడు పూర్వపు మనిషినికాను.

నోరా— నీ బొమ్మ నీదగ్గరనుండి తీసేస్తే నువ్వు పూర్వపుమనిషివి కావేమో!

[illegible]
విరాదపెట్టును.)

హెల్మరు—నోరా! నోరా! ఇప్పుడు వెళ్ళవద్దు! రేపటిదాకవుండు.

నోరా—(దుస్తులుధరిస్తూ) పరాయిమనిషియింట్లో నేనొకరాత్రి గడపలేను.

హెల్మరు—కాని మనం సోదరీసోదరులలాగ ఉండడానికి వీలులేదా? -

నోరా—(తనటోపీ పెట్టుకుంటూ) ఆయవస్థ చాలకాలముండదని నీకుతెలుసును. (శాలూకప్పుకొనును.) వెళతాను. టోర్వాల్డు! నేను పిల్లలనుచూడను. నాకంటే మంచిదానివద్దనే వారు పెరుగుతున్నారు. ఇప్పటిస్థితిలో వారికి నేనేమి ఉపయోగంకాలేను.

హెల్మరు—కాని మరెప్పుడైనా- నోరా! - మరెప్పుడైనా?

నోరా—ఆసంగతి నేనెలాగుచెప్పగలను? నేనేమవుతానో నాకేతెలియదు.

www.ingramcontent.com/pod-product-compliance
Lightning Source LLC
LaVergne TN
LVHW020121220825
819277LV00036B/517